સ્વાસ્થ્ય મનોવિજ્ઞાન

રોનકકુમાર આર. પરમાર

(MA, M.Phil., B.Ed. , Ph.D.)

Publish World

2014

Price : Rs. 400

First Edition : 2014

Date of Publication : 30 December, 2014

ISBN : 978-0-9939092-6-9

Published & Printed by
Publish World
10, Toran Bunglows, Near Nandbhumi,
A. V. Road, Anand – 388001
Gujarat (India)
http://www.publishworld.org
Email : pwisbn@gmail.com

નિવેદન

માનસિક સ્વાસ્થ્ય અંગેનું પુસ્તક આપની સમક્ષ મૂકતાં હું અત્યંત આનંદની લાગણી અનુભવુ છું. વર્તમાન સમયની જરુરીયાત છે કે આપણે આપણુ શારીરિક સ્વાસ્થ્યની સાથે સાથે માનસિક સ્વાસ્થ્યને પણ લક્ષ્યમાં રાખીએ કેમકે, માનસિક સ્વાસ્થ્યની આજના સમયમાં ખૂબ જ આવશ્યકતા છે. આજના આ ચિંતાના યુગમાં આપણે આપણુ માનસિક સ્વાસ્થ્ય કેમ જાળવવું તે વિશે આ પુસ્તકમાં સુંદર છણાવટ કરવામાં આવેલી છે. આશા છે મનોવિજ્ઞાન સિવાયના અભ્યાસુઓને પણ આ પુસ્તક ખૂબ જ ઉપયોગી અને લાભદાયી નીવડશે.

આ પુસ્તક તૈયાર કરવામાં જેમનો મને હરહંમેશ સાથ સહકાર મળ્યો છે તેવા મારા માતા-પિતાના આશિર્વાદથી તેમજ મારા ભાઈ-બહેન અને આ તબક્કે સવિશેષ પ્રેરક બની રહેનાર ડો. અશોક એન. પ્રજાપતિ (ચિલ્ડ્રન યુનિવર્સિટી) અને શ્રી પરિક્ષીત ડી. બારોટનો હું હદય પુર્વક આભાર માનુ છું, આશા છે તમામ અભ્યાસુઓને પસંદ પડશે અને કાંઈક સુચન હશે તો તેની પણ આપ નોંધ કરશો.

-રોનકકુમાર રાજુભાઈ પરમાર
(M.A., M.Phil., B.Ed., PGDCP)

અનુક્રમણિકા

યુનિટ–૧

દર્દી સહાયક સંબંધો

(Patient-provider Relations)

વિભાગ–૧ : લાંબા પ્રશ્નો / ટૂંકા પ્રશ્નો

(નોંધ : આ વિભાગમાંથી પ્રશ્ન–૧ (૧૪ માર્કસ) માટે પૂછાશે.)

પ્રશ્ન.૧. દર્દી – સહાયક પ્રત્યાયનનું સ્વરૂપ સંક્ષેપમાં ચર્ચો.

૧.૧ પ્રસ્તાવના :

દર્દી સહાયક પ્રત્યાયનનું સ્વરૂપ ખૂબ જ જટિલ છે. સહાયકતા સાથે સંદેશાવ્યવહારની ગુણવતા એ દદીઓ માટે અગત્યની છે. સારો સંદેશાવ્યવહાર દર્દીના મગજમાં સારી છાપ ઉભી કરે છે. કંગાળ દર્દી – સહાયકર્તા સંદેશાવ્યવહાર દર્દી માટે સમસયારૂપ બની જાય છે. દર્દી અને સહાયકર્તાની આંતરક્રિયામાં તંદુરસ્તી સંભાળવાનું માળખું બદલવાથી અસંતોષ ઉભો થાય છે.

૧.૨ દર્દી– સહાયકર્તા પ્રત્યાયનનું (સંદેશાવ્યવહાર) સ્વરૂપ :

સહાયકર્તાની ટીકા એ મોટેભાગે ટેકિનકલ શબ્દ ‘જારગોન’ (શબ્દજાળ)ના પ્રમાણ પર વિશેષ ધ્યાન આપે છે અને સ્પષ્ટ રીતેસહાયકર્તા સાથેસંદેશાવ્યવહારની ગુણવતા એ દર્દીઓ માટે અગત્યની છે. કંગાળ દદી–સહાયકતા સંદદેશાવ્યવહાર દદીના અસહકાર જેવો જ સમસ્યારૂપ છે.

(૧) સંભાળની ગુણવતાનો નિણય કરવો :

લોકો વારંવાર તેમની સંભાળ ની પર્યાપ્તતાનો નિર્ણય લે છે જે તેની ટેકિનકલ ગુણવતા સાથે અસંબંધિત હોય છે. મોટાભાગના લોકો પાસે દવાઓ અને રોગનું જ્ઞાન તથા પ્રેકિટસના

ધોરણો અંગે પર્યાપ્ત માહિતી તથા આપણી સારવાર બરાબર થશે કે નહિં તે અંગે ઓછું જ્ઞાન હોય છે. આથી આપણને જે રીતે તબીબી સંભાળ અપાય છે તેના આધારે ટેકિનકલ ગુણવતાનો નિર્ણય લેવાય છે. વાસ્તવમાં સંભાળની ટેકિનકલ ગુણવતા અને આપવામાં આવતી સંભાળ આ બંને વચ્ચે મેળ ખાતો નથી.

(૨) દર્દીનું ગ્રાહકપણું :

દર્દી એક ગ્રાહક છે. ગ્રાહક વસ્તુની ગુણવતા તપાસીને ખરીદી કરે છે. આ ઘટક ભારપૂવક દદી સહાયકની આંતરક્રિયાને અસર કરે છે. આ ઘટક એ નિણયો સાથે સંકળાયેલું છે.

આમાં પ્રથમ દર્દી સારવારની પ્રક્રિયાને યોગ્ય રીતે અનુસરે તે માટે સારવારના આયોજનમાં દર્દીનો સંપૂર્ણ સહયોગ અને સહભાગીપણું હોવા જોઈએ.દર્દીને સારવારના આયોજનની ભૂમિકામાં અને સારવાર કેવી રીતે અપાશે તેની માહિતી આપવાથી દદી આવી પ્રતિબધ્ધતા દશાવે છે. ભોજન, ધૂમ્રપાન અને દારૂનો ઉપયોગ વગેરે જીવનશૈલીના ઘટકોને દર્દીની પહેલ અને સહયોગને જીવનશૈલીના બદલાવ માટે ઉપયોગમાં લેવા જોઈએ.

અંતમાં, દર્દીઓ પાસે તેમના રોગ વિશે નોંધપાત્ર નિષ્ણાતીકરણ હોય છે. જો રોગ વારંવાર થતો હોય તો દર્દી પોતે જ પોતાના ડોકટર બની જાય છે.

આમ, દર્દી અને સહાયકર્તા વચ્ચેનો સંબંધ એવી રીતે બદલાય કે જે સારા સંદેશાવ્યવહારને જરૂરી બનાવે છે. સંદેશાવ્યવહારને નબળું બનાવામાં દવાખાનું, સહાયકર્તાનું વર્તન, દર્દીનું વર્તન વગેરે ઘટકોનો સમાવેશ થાય છે.

સ્થળ :

તબીબી કાર્યાલય એ અસરકારક સંદેશાવ્યવહાર માટે યોગ્ય સ્થળ નથી. દર્દી જયારે પીડાગ્રસ્ત કે માંદો હોય ત્યારે તેને માટે પોતાની માહિતી અસરકારક રીતે રજૂ કરવી મુશ્કેલ છે.

બીજી બાજુ સહાયકર્તા એ દર્દી પાસેથી જેટલી ઝડપથી અર્થપૂર્ણ માહિતી મળે તેને ગ્રહણ કરવાનું હોય છે.

(૩) તંદુરસ્તીની સંભાળને પહોંચાડવાની સંરચના :

કેટલાક દાયકાઓ અગાઉ મોટાભાગના અમેરિકનોએ તેમના ખાનગી તબીબો પાસેથી તંદુરસ્તીની સંભાળ મેળવતા હતા. હવે ૧૦૩ મિલિયન અમેરિકનોએ તેમની તંદુરસ્તીની સંભાળ, પૂર્વચકાસણી, નાણાં ધિરાણ અને' ડિલીવરી તંત્ર' જેને ટૂંકમાં **HMO** (**Health Maintenance Organization**) કહે છે. તેનો લાભ લેવાનું શરૂ કર્યુ છે. **HMO** પાસે તેમનો 'સ્ટાફ' હોય છે. જેમના દવારા તેઓ જેમને સારવારની જરૂર હોય તેમના નામની નોંધ કરે છે. દર્દી અને સહાયકર્તાની આંતરક્રિયાઓમાં તંદુરસ્તી સંભાળનું માળખું બદલવાથી અસંતોષ ઉભો થાય છે. **HMO** એ બીજા માર્ગોએ દર્દીની સંભાળને નબળી બનાવે છે.

DRG (નિદાન સંબંધિત જૂથો) કે જેઓ અમુક રીતે દદીના રોગ અને વિકતીઓની શ્રેણીઓમાં માર્ગરેખા છે. **DRG** એ અસરકારક સારવારને મહત્વપૂર્ણ રીતે નબળી બનાવે છે.

(૪) તંદુરસ્તીની સંભાળ પહોંચાડવાના તત્વજ્ઞાનમાં પરિવર્તન :

તંદુરસ્તીની સંભાળ પહોંચાડવાના તત્વજ્ઞાનમાં ફેરફારો રહેલા હોય છે. જે તંદુરસ્તીની સંભાળની 'ડિલીવરી' ને બદલે છે. તબીબની ભૂમિકા બદલાઈ રહી છે. પશ્ચિમની દવાઓ વિશેષ રીતે દવાઓ અંગેના પૂર્વીય અભિગમનો સમાવેશ કરે છે. એલોપેથિક દવાઓની સાથે આયુર્વેદિક દવાઓની સેવાઓ આપવાનો અભિગમ કેન્દ્ર સરકાર દવારા અપનાવવામાં આવ્યો હતો. અહીં કુદરતી, બિનટેકિનકલ દરમિયાનગીરી ઉપર ભાર મૂકાય છે. જેમાં દવાઓ, મસાજ, યોગાસનો, સુદર્શનક્રિયા વગેરેનો સમાવેશ થાય છે. આ ફેરફારો સહાયકર્તા અને દર્દી વચ્ચેના સંબંધમાં પરિવર્તન લાવે છે.

સમાનતાવાદી મનોવલણની તંદુરસ્તી પ્રત્યેની અસર ગ્રાહકપણાની સાથે વિકસિત થઈ છે.

(૫) સહાયકર્તાનું વર્તન જે દૂષિત સંદેશાવ્યવહારમાં ફાળો આપે છે. :

૧ . અશ્રવણ :

દર્દી અને ડોકટર વચ્ચેનો સંદેશાવ્યવહાર સહાયકર્તાના કેટલાક વર્તનોથી નિર્બળ બની જાય છે. તબીબ અને દર્દીએ શરૂ કરેલી મુલાકાત પ્રત્યેના પ્રારંભિક પ્રાથમિક પ્રતિભાવો છે.

૨. ટેકિનકલ શબ્દોનો ઉપયોગ :

ટેકિનકલ શબ્દોનો ઉપયોગ અને ટેકિનકલ ભાષા એ નિર્બળ વાતચિતમાં ભાગ ભજવે છે. કેટલાક કિસ્સાઓમાં ટેકિનકલ શબ્દ એ એવી સમજૂતીઓ તરીકે કે દર્દીને ઘણા પ્રશ્નો પૂછવા માટે ઉપયોગમાં લેવાતો હતો. તબીબોએ લાંબા સમયથી મેડિકલમાં 'ટેકિનકલ' શબ્દનો ઉપયોગ કયો છે. ટેકિનકલ તાલીમમાં લઈ જનારા સહાયકર્તાઓની એવી માંદગી અને બીજા ધંધાદારીની મદદથી સંદેશાવ્યવશાર કરતાં શીખે છે.

૩. બાલિશ વાતચીત :

પ્રેકિટશનર કે વ્યવસાયિક તબીબો એ માંદગી અને તેની સારવાર માટે દર્દી શું સમજશે તેની બાબતમાં ઓછો અંદાજ લગાવે છે અને સાદી સમજૂતી આપી અને બાલિશ વાતચીતનો ઉપયોગ કરે છે. પ્રશ્નોની અર્થહીન સમજૂતી મેળવવાને લીધે નકકર માહિતી મેળવવા કયાંથી શરૂ કરવું તેની સમજણ દર્દીને પડતી નથી. દર્દી શું સમજી શકે એ સત્ય ટેકિનકલ શબ્દો અને બાલિશ વાતચીતમાં બંને છેડાની વચ્ચે કયાંક રહેલું છે.

૪. અવ્યકિતગત સારવાર :

દર્દીની સાથે અવ્યકિતગત વ્યવહાર કરવામાં આવે છે. દર્દીનું અવ્યકિતકીરણ એ દર્દી અને સહાયકતા સંબંધને નબળાં પાડવાની એક બીજી સમસ્યા છે. આ અવ્યકિતગત સારવાર એ

ઈરાદાપૂર્વક દર્દીને પરીક્ષણ દરમિયાન શાંત કરવા માટે આપવામાં આવતી હોય છે. આ પધ્ધતિ કે કસોટી છે.

૫. દર્દીઓના એક વિધ દર્શનો :

જયારે દર્દીઓનો તબીબો સામનો કરે છે અથવા એવા રોગોનો સામનો કરે છે, જેનો તેઓ ઉપચાર કરવાનું પસંદ કરતાં નથી, ત્યારે સંદેશાવ્યવહાર નબળો પડે છે. દર્દીના અનાકર્ષક પરિવર્તનની ખરાબ અસરો સંદેશાવ્યવહારની સમસ્યા અને તેને અનુસરણકતા સારવારમાં અસર થાય છે.

(૬) દૂષિત સંદેશાવ્યવહાર અને દર્દીનો ફાળો :

દર્દી અને સહાયકર્તા વચ્ચેનો સંદેશાવ્યવહાર દૂષિત બને છે. થોડીક મિનિટસ સુધી સહાયકર્તા સાથે પોતાની માંદગીની ચર્ચા પછી ૧/૩ જેટલા દર્દીઓ તેમના નિદાનનું પુનરાવર્તન કરી શકતા નથી. ૧/૨ જેટલા દર્દીઓ પોતાની માંદગી કે સારવાર અંગે અગત્યની વિગતો સમજી શકતા નથી.

૧. દર્દીના લક્ષણો :

દર્દીના કેટલાક લક્ષણો એ કંગાળ દર્દી–સહાયક સંદેશાવ્યવહારમાં ફાળો આપે છે. માનસિક વિકૃતિવાળા દર્દીઓ એ પોતાના લક્ષણનું અતિશયોકિતભર્યું ચિત્ર આપે છે. દર્દીની વ્યગ્રતાનું બીજું લક્ષણ નબળા સંદેશાવ્યવહારમાં ફાળો આપે છે. વ્યકિતની વધતી ઉંમરની સાથે તબીબી સમસ્યાઓ વધે છે.

૨. દર્દીનુ જ્ઞાન :

દર્દીને પોતાના રોગનો અનુભવ હોય છે. જે તેને પોતાની બાબતમાં જ્ઞાની બનાવે છે. પોતાની વિકૃતિનું જ્ઞાન તેમને હોય છે. બીજા ઘટકો જે દર્દીને પોતાની પરિસ્થિતિ અંગે

માહિતીને સમજવાની અને ધારણ કરવાની ક્ષમતાને અસર કરે છે. તેમાં વિકૃતિના શિક્ષણ અને અનુભવનો સમાવેશ થાય છે.

૩. સંદેશાવ્યવહારની સમસ્યાના આંતરક્રિયાત્મક પાસાં :

દર્દી અને તબીબ વચ્ચે આંતરક્રિયાની ગુણવતા એ દૂષિત સંદેશાવ્યવહારને કાયમી કરે છે. મુખ્ય પ્રશ્ન એ છે કે સહાયકર્તા આંતરક્રિયા એ સહાયકર્તા માટે પ્રતિપુષ્ટિની તક પૂરી પાડતી નથી. સહાયકર્તા ભાગ્યે જ જાણે છે કે માહિતી અસરકારક રીતે પહોંચી છે કે નહી. ખાસ કરીને સહાયકર્તા દર્દીને નિદાનયુકત જુએ છે. સારવારની ભલામણ કરાય છે અને દર્દી રજા લે છે.

સહાયકર્તા માટે તેમના સંતોષજનક સંબંધો દર્દી સાથે સ્થપાય છે કે નહીં તે શોધવું મુશ્કેલ બને છે. કેટલાક દર્દીઓ સહાયકર્તાને શંકાની નજરે જુએ છે. જો અસંતુષ્ટ હોય તો ફરિયાદ કરે છે.

અહીં બે મુદા અગત્યના છે.

(૧) શિક્ષણ એ નિષેધક કરતાં વિધાયક પ્રતિપુષ્ટિથી પોષણ પામે છે.

(૨) શિક્ષણ એ પ્રતિપુષ્ટિ સાથે ઉદભવે છે. પરંતુ સહાયકર્તાના કિસ્સામાં પ્રતિપુષ્ટિનો અભાવ એ નિયમ છે.

૧.૩ ઉપસંહાર :

આમ, સહાયકર્તા સાથે સંદેશાવ્યવહારની ગુણવતાનો નિર્ણય કરવો, દર્દીનું ગ્રાહકપણું, તંદુરંસ્તી ની સંભાળને પહોંચાડવાની સંરચના, તંદુરસ્તીની સંભાળ પહોંચાડવાના તત્વજ્ઞાનમાં પરિવર્તન, સહાયકર્તા વતન એ જ દૂષિત સંદેશાવ્યવહારમાં ફાળો આપે છે અને દૂષિત સંદેશાવ્યવહાર અનેદર્દીનો ફાળો અગત્યના ઘટકો છે.

પ્રશ્ન.૨. દર્દી સહાયકનું પ્રત્યાયન કઈ રીતે સુધારી શકાય ?

૨.૧ પ્રસ્તાવના :

સંદેશાવ્યવહારની પ્રક્રિયાને સુધારવી એ મનોવૈજ્ઞાનિકો અને સહાયકર્તા માટે ઉંચી અગ્રિમતા છે. સહાયકર્તાને કઈ રીતે સંદેશાવ્યવહાર કરવો તે સમજવું ખૂબ જરૂરી છે. તે માટે તેને તાલીમ આપવી જોઈએ. સારવારને વળગી ન રહેવાના વતRનમાં ઘટાડો કરવો જોઈએ. દર્દી–સહાયકનું પ્રત્યાયન નીચેની રીતે સુધારી શકાય.

૨.૨ દર્દી–સહાયકર્તાનું પ્રત્યાયન સુધારવું :

એવી હકીકત છે કે કંગાળ દર્દી સહાયકર્તાની વાતચીત વ્યાપક ઉપયોગમાં લેવાય છે અને સમસ્યારૂપ ફલશ્રુતિ સાથે તે જોડાયેલી છે. જે બતાવે છે કે સંદેશાવ્યવહારની પ્રક્રિયાને સુધારવી એ મનોવૈજ્ઞાનિકો અનેસહાયકર્તા માટે ઉંચી અગ્રિમતા હશે.

૧. સહાયકર્તાને કેવી રીતે સંદેશાવ્યવહાર કરવો તે શિખવાડવું :

કેટલીકવાર સહાયકર્તા એ બાબતથી જ્ઞાત હોય છે કે તબીબી સારવારનો ‘કોર્સ’ એ સંદેશાવ્યવહારથી પ્રભાવિત થાય છે. છતાં ઘણાં લોકો તેને કૌશલ્ય તરીકે જુએ છે. તબીબોના વ્યકિતત્વને ઓળખવા ના પ્રયત્નો જેઓ અસરકારક રીતે સંદેશાવ્યવહાર કરે છે.

અસરકારક સંદેશાવ્યવહારના અંતરાયો એવી માન્યતાનો સમાવેશ કરે છે કે સંદેશાવ્યવહાર એ તબીબને ખૂબ જ સંવેદનશીલ બનાવવાની ક્ષમતા સાથે દખલરૂપ બને છે અને તે એછે કે તે દર્દી સાયુજય સાધવામાં પોતાના મિતી સમયનો ખોટી રીતે ઉપયોગ બરે છે.

A. સહાયકર્તા તાલીમ આપવી :

જેઓએ દર્દી સહાયક સંદેશાવ્યવહારનો અભ્યાસ કર્યો છે તેઓ માને છે કે દર્દી કેન્દ્રિત સંદેશાવ્યવહાર એ દર્દી – સહાયકર્તાના સંવાદને સુધારવાનો અગત્યનો માર્ગ છે. આવો સંદેશાવ્યવહાર એ તબીબી સારવારના નિણRયોને સીધી રીતે અસર કરે છે. ડોકટર અને

દર્દીના સંદેશાવ્યવહારમાં આ અભિગમ જ સફળ નથી પરંતુ તે મુશ્કેલે દર્દીઓમાં પણ અસરકારક બને છે.

કોઈ પણ સંદેશાવ્યવહારનો કાર્યક્રમ એ એવા કૌશલ્યો ઉપર ભાર મૂકયો હોય છ. જે જલદીથી શિખાય છે. જેનો તબીબી 'રૂટીન' માં સહેલાઈથી સહકાર મેળવી શકાય છે.

સંદેશાવ્યવહારના અભ્યાસક્રમો એ શકય હોય એટલા સ્થળ ઉપર જ શિખવાડવા જોઈએ. જે દશાવે છ. કે કઈ પરિસ્થિતિમાં કૌશલ્યો ઉપયોગમાં આવશે. તાલિમમાં દર્દી સાથે સીધો સંપર્ક થાય છે. મેડિકલ અને નર્સિંગ વિદ્યાર્થીઓ સાથે ઈન્ટરવ્યૂ પછી તરત જ પ્રતિપુષ્ટિ અપાય છે.રીતે વતવું, એટલું જ નહીં પરંતુ અશાબ્દિક સંદેશાવ્યવહાર પણ શિખવાડાય છે. જે હૂંફ અને ઠંડકનું વાતાવરણ સર્જે છે. શરીરને પણ એક ભાષા હોય છે. આગળ નમીને કહેવું અને સીધો સંપર્ક સમર્થનયુકત વાતાવરણને પ્રબલિત કરે છે, જયારે પાછળ નમીને કહેવું એ ખૂબ જ થોડા આંખના સંપર્ક અને અંગવિન્યાસની ઉન્મુખતાથી દૂર જવાનું સૂચવે છે. આથી દદી શાબ્દિક પ્રયત્નો અને હૂંફની ઓછી કિંમત કરે છે અને અસુવિધા સૂચવે છે.(માટટેઓ અને અન્ય ,૧૦૭૯)

એકવાર મૂળભૂત કૌશલ્ય શીખી લેવાય પછી તેમનો અમલ કરવો જોઈએ.

B . દર્દીને તાલીમ આપવી :

દર્દી – સહાયકર્તાના સંબંધને સુધારવાની દરમિયાનગીરીમાં ડોકટર પાસેથી સારી માહિતી મેળવવા માટેના કૌશલ્યો આયોજિત કરવામાં આવ્યા હોય છે. એક અભ્યાસક્રમ મુજબ સી. થોમપ્સોન અને અન્યે (૧૯૯૦) સ્ત્રીઓને સૂચના આપી કે તેણે તેના તબીબને પૂછવાના ત્રણ પ્રશ્નોની યાદી બનાવી. નિયંત્રિત જૂથ સાથે આવી સ્ત્રીઓના જૂથની તુલના કરાઈ. જેમણે અગાઉથી પ્રશ્નોની યાદી બનાવી હતી અને મુલાકાત દરમિયાન પ્રશ્નો પૂછયા હતા. તેઓ ઓછી ચિંતાતુર હતી .બીજા અભ્યાસમાં થોમપ્સોન અને અન્યે ઉમેર્યુ કે ત્રીજી પણ એક સ્થિતિ છે. કેટલીક સ્ત્રીઓએ તેમના ડોકટર પાસેથી સંદેશો મેળવ્યો કે જે પ્રશ્નો પૂછવા અંગે

પ્રોત્સાહક હતો. બંને પ્રકારની સ્ત્રીઓને પ્રશ્નો પૂછવા માટે પ્રોત્સાહન અપાયું અન સ્ત્રીઓ પ્રશ્નો ઉભા કરવા માટે પોતાની જાતને જ ઉત્તેજન આપતી હતી અને આથી વધુ પ્રશ્નો પૂછયા. તેમનામાં વયકિતગત નિયંત્રણની વધારે લાગણી હતી અને તેઓ'ઓફિસ'ની મુલાકાતમાં વધારે સંતુષ્ટ હતી.

વિશેષ રીતે દર્દી પ્રેકિટશનર્સનો સંદેશાવ્યવહાર સુધારવો તે તબીબોને સારા સંદેશાવ્યવહારના કૌશલ્યો શિખવવા સાથે દરમિયાનગીરી કરતો નથી. પરંતુ દર્દીને તેમની જરૂરિયાતોના સંદેશાવ્યવહારને શિખવે છે.

૨. સારવારને વળગી ન રહેવામાં ઘટાડો કરવો :

કેટલીક સ્ત્રીઓ ડોકટરની સૂચના મુજબ દવા લેતી નથી. સારવારને વળગી રહેવાનો પ્રશ્ન મહત્વનો છે. તેમાં જીવનશૈલીનો ફેરવાર પણ મહત્વનો છે જેમકે જમ્યા પછી તરત જ સૂઈ જવું નહીં. ડોકટરને પણ ખબર પડી કે નિયમિત કસરત, દારૂનો ઉપયોગ, કોલસ્ટ્રોલ ઘટાડવો એ દદીઓ માટે અગત્યના ધ્યેય છે.

A. તંદુરસ્તી સંભાળ સંસ્થાઓની દરમિયાનગીરીઓ :

કેટલીક સંસ્થાકીય દરમિયાનગીરીઓ દર્દીના સારવારને વળગી રહેવાના વતનને દ્રઢ કરે છે. જેમ કે ટેલિફોન દવારા કે પોસ્ટકાર્ડ લખી યાદ કરાવવું વગેરે બાબતો સારવારને વળગી રહેવામાં મદદરૂપ થાય છે. દર્દી ને ડોકટરની મુલાકાત લેવામાં ખુબ સમય જતો રહે છે. જો આ સમય ઘટાડાય તો દર્દી ડોકટરની મુલાકાત લે છે. કેટલાક દર્દી માટે પ્રલોભનની વાત કરે છે, પરંતુ જેવું પ્રલોભન દૂર થાય તો દર્દી ઓ પહેલાં જેવા જ બની જાય છે.

B. સારવારની રજુઆત અને દરમિયાનગીરીઓ :

સારવારની પધ્ધતિની રજૂઆત સારવારને વળગી રહેવાને અસર કરે છે. સારવારની ભલામણો શકય હોય તો લખી લેવી જોઈએ અને દર્દીને તેની સમજ પડી કે નહીં તે અંગે

ચકાસણી કરી લેવી જોઈએ. દર્દીને દવાની માહિતીનું સૂચનાપત્ર આપવું જોઈએ. જેમાં સારવાર, દવાનો ડોઝ, શકય આડઅસરો વગેરેનો સમાવેશ કરવો જાઈએ.

C. કૌશલ્ય તાલીમ :

સહાયકર્તાને વાતચીતની તાલીમ આપવી જોઈએ. સહાયકર્તા વાતચીત અને સલાહમાં કેટલો સમય દર્દી ને આપે છે તેનો કોઈ અંદાજ નથી. ડોકટરની દર્દી ની સરેરાશ ૨૦ મિનિટની મુલાકાતમાં એક મિનિટ સલાહ અને માહિતી દર્દી ને આપવામાં ગાળે છે.

સહાયકર્તાની સતા પણ મહત્વની છે. દર્દી માટે ડોકટર મહત્વનો હોય છે. દર્દીઓ ડોકટરને જીવનદાતા ગણે છે. આથી ડોકટરની ભલામણો એ દદી દર્દી માટે ખૂબ મહત્વની છે. સહાયકર્તા દર્દી સાથે વયકિતગત રીતે સંકળાય છે તે સારવારને વળગી રહવા માટે તેના વિશેષ લાભ ઉપર પ્રકાશ પાડે છે અને તેનાથી થતા નુકશાન પર ભાર મૂકે છે.

D. અંતરાયો માટે પૂરક પ્રશ્નો :

સારવારમાં અંતરાયો આવે છે. સહાયકર્તા સારવારને વળગી રહેવામાં અંતરાય અંગે દર્દી ને પૂરક પ્રશ્નો પૂછી શકે. આ બાબતમાં દર્દીઓ મોંધપાત્ર રીતે સારા હોય છે. ડોકટરે પોતાના વ્યકિતગત જ્ઞાનનો ઉપયોગ કરી સારવારને વળગી રહેવામાં આવતા અંતરાયો શોધી કાઢે છે. જેમ કે દર્દીને કહેવાય કે મનોભારને દુર રાખો, પરંતુ આવું કડક રીતે પળાતું નથી. ડોકટર અને દર્દી બંને સાથે મળીને આ પ્રશ્નનો જવાબ શોધી શકે.

વ્યવસાયિક અને સામાજીક સલાહમાં સારવારને વળગી નહીં રહેવાનો દર વધુ હોય છે. સહાયકર્તા કે ડોકટર નિયમિત કસરતના લાભ દર્દીને જણાવી શકે છે. દર્દી પાસેથી ડોકટર પ્રતિબધ્ધતા મેળવી શકે કે તે સારવારને અનુસરશે. શાબ્દિક પ્રતિબધ્ધતા એ વધારે સારવારના પાલન સાથે સંકળાયેલી છે.

સલાહને સંચાલન કરી શકાય હેવા ગૌણ લક્ષણોમાં વિતરિત કરી દેવી જોઈએ. આથી સારવારને વળગી રહેવાનું વધે છે.

ડોકટરની ભલામણોનું મહત્વ ઓછું અંદાજીત ન કરી શકાય.જયારે ડોકટર દવારા દર્દીને જીવનશૈલી પરિવર્તનના કાયક્રમો ઉતારી અપાય છે ત્યારે દર્દીઓ સારવારને વળગી રહેવાનો દર ઉંચી કક્ષામાં ધરાવે છે (કાબાટ જિમ્સ અને અન્ય, ૧૯૮૮) સારવારમાં પ્રતિકાર માટે પૂરક પ્રશ્નો પૂછી શકે.

૨.૩ ઉપસંહાર :

આમ, દર્દી સહાયકર્તાનું પ્રત્યાયન સુધારવું જાઈએ. દર્દી–કેન્દ્રિત સંદેશાવ્યવહાર એ દર્દી – સહાયકર્તાના સંવાદને સુધારવાનો અગતયનો માર્ગ છે. કેટલીક સંસ્થાકીય દરમિયાનગીરીઓ દર્દીના સારવારને વળગી રહેવાના વર્તનને વધારે છે. સારવારની પધ્ધતિની રજૂઆત સારવારને વળગી રહેવાને અસર કરે છે. તેઓને અંતરાયો માટે પૂરક પ્રશ્નો પણ પૂછવાની છૂટ હોય છે.

પ્રશ્ન. ૩. દર્દ મટાડનાર તરીકે પ્લેસબોની ચર્ચા કરો .

૩.૧ પ્રસ્તાવના :

પ્લેસબો એક બનાવટી ઔષધ છે. કોઈ પણ તબીબી પધ્ધતિ કે પ્રક્રિયા જે ઔષધ, સર્જરી કે મનોપચાર ગમે તે હોય તે બધાંને પ્લેસબોની અસર હોય છે. પ્લેસબો દર્દીનું દર્દ અને અસુવિધા ઘટાડવામાં મહત્વનો ફાળો આપે છે. પ્લેસબોની અસર ઘણી મોટી છે.

૩.૨ દર્દ મટાડનાર તરીકે પ્લસબો :

સંશોધનમાં કોઈ ઔષધની અસર તપાસવા માટે 'પ્લેસબો' શબ્દ વપરાય છે. 'પ્લેસબો' એક બનાવટી ઔષધ છે. બે જૂથ લઈ એક જૂથને પ્લેસબો કે બનાવટી ઔષધ

અપાય છે. બીજા જૂથને સાચી દવા અપાય છે અને તેના પરિણામ ઉપરથી પ્લેસબોની અસર માલૂમ પડે છે.

પ્લેસબોની અસરને સમજવા માટે તેનો ઐતિહાસિક પરિપ્રેક્ષ્ય લક્ષ્યમાં લેવો જોઈએ.

૩.૨.૧ ઐતિહાસિક પરિપ્રેક્ષ્ય :

ઔષધિના પ્રારંભિક સમયમાં બહુ થોડીક દવાઓ કે સારવાર હતી. દર્દીનો ઉપચાર બિનઅસરકારક પધ્ધતિઓથી થતો. ઈજિપ્તના દર્દીઓનો ગરોળી, મગરના અંગથી, ભૂંડ, ગધેડાના પગથી ઉપચાર કરવામાં આવતો. આ પધ્ધતિઓ બિનઅસરકારક હોવા ઉપરાંત ભયંકર પણ હતી. દર્દી મૃત્યુ પણ પામે. મધ્યયુગમાં તબીબી સારવાર ઓછી પ્રાણઘાતક હતી. પરંતુ તે ખાસ અસરકારક ન હતી. યુરોપિયન દર્દીઓની યુનિકોર્ન (ઘોડા જેવું પાંણી) ના શિંગડા (હોર્ન) થી સારવાર કરવામાં આવતી. સાપ કરડેલો હોય ત્યારે હરણની આંખોમાંથી આંસુ લઈ તેનાથી ઉપચાર કરાતો હતો. ઘા રૂઝવવા માટે ઈજિપ્તના 'મમી' ઉપર પાવડરનો પ્રયોગ કરાતો હતો.

૩.૨.૨ પ્લેસબો એટલે શું ?

અર્થ :

'પ્લેસબો એ એવી કોઈપણ પ્રક્રિયા છે જે દર્દીમાં ઉપચારકીય ઈરાદાને લીધે અસર ઉભી કરે છે અને આવી અસર કોઈપણ જાતના વિશિષ્ટ રાસાયણિક કે ભૌતિક સ્વરૂપને લીધે નથી હોતી.

સમજૂતી :

પ્લેસબો શબ્દ લેટિન શબ્દમાંથી ઉતરી આવ્યો છે. જેનો અર્થ થાય છ. કે 'હું ખુશ થઈશ.' કોઈપણ તબીબી પધ્ધતિ કે પ્રક્રિયા જે ઔષધ, સર્જરી કે મનોઉપચાર ગમે તે હોય એ બધાને પ્લેસબો અસર હોય છે. પ્લસબો દદીનું દર્દ અને અસુવિધા ઘટાડવામાં મહત્વનો ફાળો આપે છે.

પ્લેસબોની અસર બિનઅસરકારક પદાર્થોના લાભદાયક પરિણામોની અસરથી પણ આગળ વધી જાય છે. ઘણી સક્રિય સારવાર પધ્ધતિઓ પોતે જ રોગનો સાચો ઉપાય છે. તેમાં પણ પ્લસબોનું તત્વ સમાવિષ્ટ છે.

૩.૨.૩ સહાયકર્તાનું વર્તન અને પ્લેસબોની અસર :

પ્લેસબો કે બનાવટી દવા કેટલી અસરકારક બનશે તેનો આધાર દર્દી સાથે ડોકટરની આંતરક્રિયા છે. જો સહાયકતાR દદીRને હૂંફ, આત્મવિશ્વાસ અને સહાનુભૂતિ આપે તો પ્લેસબોની અસર વધે છે. સહાયકર્તાને પણ સારવારમાં વિશ્વાસ હોવો જોઈએ. તો જ પ્લેસબોની અસર વધારે થાય. જો સહાયકર્તા પોતાને જ પ્લેસબોમાં વિશ્વાસ ન હોય તો તેની અસર પરિણામ ઉપર થાય છે. અસરકારક દવાઓ પણ સહાયકર્તાના વિશ્વાસ વિના જોઈએ તેટલી અસર કરતી નથી.

૩.૨.૪ દર્દીના ચારિત્યલક્ષણો અને પ્લેસબોની અસરો :

ખરેખર તો 'પ્લેસબો પ્રવણ' વ્યકિતત્વ જેવું કશું હોતું નથી. આમ છતાં કેટલાક દર્દીઓ બીજા કરતાં પ્લેસબોની વધારે અસર દર્શાવે છે. જે લોકોને સંમતિની વધારે જરૂર હોય છ. તેવા લોકોમાં તથા નિમ્ન સ્વ–ગૌરવ ધરાવતા અને પર્યાવરણ તરફ બાહય રીતે અભિમુખ લોકોમાં પ્લેસબોની તીવ્ર અસર જોવા મળે છે. આમ કોઈ ચોકકસ પ્રકારના વ્યકિતત્વને પ્લેસબો સાથે જોડી શકાય નહી.

કેટલાક વ્યકિતત્વના તફાવતો પ્લેસબો અસરની આગાહી કરવા માટે સક્ષમ છે પરંતુ અભ્યાસોમાં પણ આવી ચોકકસ અસર જોવા મળી નથી. કેટલીક વ્યકિતત્વની કસોટીઓ જેમકે **MMPI** પણ દશાવી શકતી નથી કે પ્લેસબો પ્રત્યે કોણ કેવો પ્રતિભાવ આપશે.

૩.૨.૫ દર્દી–સહાયકર્તા સંદેશાવ્યવહાર અને પ્લેસબો અસરો :

દર્દી અને સહાયકર્તા કે ડોકટરની વચ્ચે વાતચિત કે સંદેશાવ્યવહાર થાય છે. દર્દી ડોકટર કે સહાયકર્તાએ આપેલી દવા કે સારવારને કેટલા પ્રમાણમાં અનુસરે તે મહત્વનું છે. પ્લેસબોનો પ્રતિભાવ દર્દી ત્યારે જ દર્શાવે જયારે તે સારવાર દવારા શું થવાનું છે તે સમજે. બીજુ એક પાસું પ્લેસબોનું સાંકેતિક મૂલ્ય છે. દર્દી માટે પ્લેસબોનું સાંકેતિક મૂલ્ય છે. જયારે દર્દીને તબીબી સહાય મેળવવાની હોય ત્યારે તેમને એવા નિષ્ણાતની જરૂર હોય છે કે જે તેને યોગ્ય રીતે સમજીને સૂચન કરે.

૩.૨.૬ પ્લેસબો અસરના પરિસ્થિતિગત નિર્ણાયકો :

પ્લેસબો પોતાના જ ગુણલક્ષણો અને પરિસ્થિતિ જેમાં પ્લેસબો અપાય છે. તે બાબતો પ્લેસબોના પ્રતિભાવને અસર કરે છે. પરિસ્થિતિગત ઘટકો પ્લેસબોનીઅસરમાં મહત્વના છે. આવી ઔપચારિક પરિસ્થિતિ એક પ્રકારનું વાતાવરણ ઉભું કરે છે અને તેથી દર્દીને સારવારમાં વિશ્વાસ થાય છે.

પ્લેસબોની અસરમાં તેનો આકાર, કદ, રંગ,સ્વાદ વગેરે અસરકારક છે. બે સરખા જૂથો લઈ બંનેને સરખા રંગ, રૂપ અને આકારવાળી ગોળી અપાય તો પ્લેસબોની અસર વિશેષ થવાનો સંભવ છે. દર્દીને ચોકકસ સમયે અને પ્રમાણસર ગોળી લેવનું કહેવામાં આવે તેની પણ અસર છે. વ્યાયામના પ્રિસ્ક્રિપ્શન અને ભોજનના નિયંત્રણને લીધે પ્લેસબોની અસર ઓછી જોવા મળે છે.

૩.૨.૬.૧ સામાજીક ધોરણો અને પ્લેસબોની અસરો :

પ્લેસબોની અસરોને સામાજીક ધોરણો સુવિધા કરી આપે છે. સારવાર લેવી જોઈએ અને તે કેવી રીતે લેવી જોઈએતેના પણ સામાજીક ધોરણો હોય છે. અમેરિકામાં દવા લેવાનું એક ધોરણ છે. જયારે ભારતમાં કેટલીક સ્ત્રીઓ ના છૂટકે જ દવાઓ લેતી હોય ત્યાં પ્લેસબોની અસર કેવી પડે? ઘણા લોકો દવાઓને લીધે મુત્યુ પામે છે કે ગંભીર રીતે ઈજાગંસ્ત

થાય છે. કોઈપણ દવાની આડઅસર તો હોય છે જ ભલેને તે એસિપરિન જેવી સાદી દવા જ હોય ! અમેરિકનો દર વર્ષે દવાઓની આડઅસરોનો ભોગ બને છે કે અશકત બને છે. આવો ખર્ચો સમાજને પણ ભારે પડે છે.

દવાઓ લેવાનું બંધ કરવા માટે મોટાભાગના લોકોને કોઈ ચોકકસ અનુભવ કે જ્ઞાન હોતું નથી. વ્યકિત માંદી પડતા દવા લે છેઅને સાજી થાય છે. પરંતુ તે શેને લીધે સાજી થઈ છે તેની ખબર પડતી નથી.

લોકોને ખબર જ હોતી નથી કે દવાઓ લેવાનું બિનઅસરકારક છે. જો વ્યકિત દવા લે અને તરત જ સાજો ન થાય તો તેને લાગે છે કે ખોટી દવા અપાઈ છે. ઘણી વખત તે ડોકટર પણ દવાને બદલી નાખે છે. આમ ગમે તે રીતે દવા લેવાનું ચાલુ રાખે છે.

૩.૨.૭ પ્લેસબો અસરની સામાન્યીકરણતા :

સંશોધનમાં કેટલાક કિસ્સાઓ લઈ એનો નિષ્કર્ષ બીજાને લાગુ પાડવામાં આવે છે. આને સામાન્યીકરણતા કહેવાય. શું પ્લેસબો અસર બીજાને પણ લાગુ પાડી શકાય ?એક અંદાજ મુજબ ૬૫ % કે તેથી વધારે લક્ષણો ને દદીRઓ ડોકટરને જણાવે છ. તે ખરેખર તો આવેગકીય હોય છે. આવેગિક રીતે થયેલા લક્ષણો અંગે સ્પષ્ટ થવું જરૂરી છે.

પ્લેસબો અસરો ઔષધો કે ગોળીઓના વિરુધ્ધમાં નથી.આપણે જોયું કે કોઈપણ તબીબી પધ્ધતિને પ્લેસબો અસર હોથ છે. પ્લેસબોને વળગી રહેવાની પ્રક્રિયાને લીધે માંદગીમાં મૃત્યુનું પ્રમાણ ઘટે છે.

૩.૨.૮ પધ્ધતિશાસ્ત્રના સાધન તરીકે પ્લેસબો :

પ્લેસબોનો પ્રીતધાવ એટલો બધો શકિતશાળી છે કે અમેરિકામાં કોઈપણ ઔષધ પ્લેસબોની અસર વિના બજારમાં મુકાતી નથી. આ માટે દ્વિપક્ષીય અજ્ઞાનની પ્રાયોગિક પધ્ધતિ અજમાવવામાં આવે છે. આ પધ્ધતિમાં સંશોધક અડધા દર્દીઓને રોગની સાચી દવા આપે છે. અને અડધા દર્દીઓને પ્લેસબો કે બનાવટી દવા આપે છે. અહીં બંને પક્ષોને ખબર નથી હોતી કે

તેમને આપેલ દવા સાચી હતી કે બનાવટી હતી. પછી સારવારની શી અસર થઈ તે તપાસવામાં આવે છે. સંશોધક ત્યાર પછી કઈ દવા સાચી હતી અને કઈ દવા બનાવટી હતી તે જુએ છે. પ્લેસબો કે બનાવટી દવાની અસરકારકતા કેટલી થઈ અને સાચી દવાની અસરકારકતા કેટલી થઈ તે તપાસવામાં આવે છે. આમ સાચી દવાની અસરનું માપ નીકળે છે.

૩.૩ ઉપસંહાર :

આમ, પ્લેસબો શબ્દને લેટિનમાં 'C]\ B]X Y.X' તેવો અર્થ થાય છે. પ્લેસબો કે બનાવટી દવા કેટલી અસરકારક બનશે તેનો આધાર દર્દી સાથે સહાયકર્તા કે ડોકટરની આંતરક્રિયા છે. સહાયકર્તાને પણ સારવારમાં વિશ્વાસ હોય તો જ પ્લેસબોની અસર વધારે થાય. પ્લેસબોની અસરોને સામાજિક ધોરણો સુવિધા કરી આપે છે. અમેરિકામાં કોઈપણ ઔષધ પ્લેસબોની અસર વિના બજારમાં મૂકાતી નથી.

વિભાગ–૨ : બે–ત્રણ વાકયમાં જવાબ આપો.

નોંધ : આ વિભાગમાં પ્રશ્ન–૩ માટે બે–બે માકર્સના કુલ ૬ પ્રશ્નોના જવાબ આપવાના રહેશે.

પ્ર.૧. તંદુરસ્તીની સંભાળના મુખ્ય સહાયકો કોણ છે ?

જ તંદુરસ્તીની સંભાળના મુખ્ય સહાયકો તબીબો છે.

પ્ર. ૨. પ્રેકિટશનર નર્સ કોને કહેવાય છે ?

જ પરંપરાગત નર્સિંગમાં તાલીમ પામેલી વ્યકિતને પ્રેકિટશનર નર્સ કહેવાય છે.

પ્ર. ૩. સંદેશાવ્યવહારને નબળો બનાવવામાં કયા ઘટકો ભાગ ભજવે છે ?

જ સંદેશાવ્યવહારને નબળો બનાવવામાં દવાખાનું, તંદુરસ્તી સંભાળ આપવાનું બદલાતું જતું તંત્ર, સહાયકતાનું વર્તન, દર્દીનું વર્તન અને જતું તંત્ર, દર્દીનું વર્તન અને આંતરક્રિયાની ગુણવતા વગેરેનો સમાવેશ થાય છે.

પ્ર. ૪. HMO કોને કહેવામાં આવે છે ?

જ અમેરિકાનો દવારા તેમની તંદુરસ્તીની સંભાળ, પૂર્વચકાસણી, નાણાં ધિરાણ અને ડિલવરી માટે ઉપયોગમાં લેવાતું તંત્ર જેને ટૂંકમાં HMO (**Health Maintenance Organization**) કહે છે.

પ્ર. ૫. DRG એ શું છે.

જ **DRG** (**Diagnosis Related Groups,** નિદાન સંબંધિત જૂથો) કે નેઓ અમુક રીતે દદીના રોગ અને વિકૃતિ ઓની શ્રેણીાેમાં માર્ગરેખા છે.

પ્ર. ૬. કુદરતી, બિનટેકિનકલ દરમિયાનગીરીમાં શેનો સમાવેશ થાય છે ?

જ કુદરતી, બિનટેકિનકલ દરમિયાનગીરીમાં હર્બલ દવાઓ,એકયુપંકચર, મસાજ, માનસિક નિદાન, સુદર્શનક્રિયા, યોગાસનો વગેરેનો સમાવેશ થાય છે.

પ્ર.૭. ટેકિનકલ શબ્દ શેના ઉપયોગમાં લેવામાં આવતો હતો ?

જ ટેકિનકલ શબ્દ એ એવી સમજૂતીઓ તરીકે કે દર્દીને ઘણા પ્રશ્નો પૂછવા માટે ઉપયોગમાં લેવામાં આવતો હતો.

પ્ર. ૮. અવ્યકિતગત સારવાર ક્યારે આપવામાં આવે છે ?

જ અવ્યકિતગત સારવાર એ ઈરાદાપૂર્વ કે દર્દીને પરીક્ષણ દરમિયાન શાંત કરવા માટે આપવામાં આવતી હોય છે.

પ્ર.૯. પ્લેસબો એટલે શું ?

જ પ્લેસબો એ એવી કોઈપણ પ્રક્રિયા છે જે દર્દીમાં ઉપચારકીય ઈરાદાને લીધે અસર ઉભી કરે છે અને આવી હસર કોઈપણ જાતના વિશિષ્ટ રાસાયણિક કે ભૌતિક સ્વરૂપને લીધે નથી હોતી.

પ્ર. ૧૦. પ્લેસબો અસર શેમાં જોવા મલે છે.?

જ કોઈપણ તબીબી પધ્ધતિ કે પ્રક્રિયા જે ઔષધો, સર્જરી કે મનોઉપચાર ગમે તે હોય એ બધાંને પ્લેસબો અસર કહે છે.

પ્ર.૧૧. સામાન્યીકરણતા એટલે શું ?

જ સંશોધનમાં કેટલાક કિસ્સાઓ લઈ એનો નિષ્કર્ષ તે સિવાયના તેના જેવા બીજાને લાગુ પડાય તેને સામાન્યીકરણતા કહે છે.

યુનિટ–૨

હૃદયરોગ, લોહીનું ઉંચું દબાણ, સ્ટ્રોક અને ડાયાબિટીસ

(Heart Disease,Hypertension,Stroke & Diabetes)

વિભાગ–૧ : લાંબા પ્રશ્નો / ટૂંકા પ્રશ્નો

નોંધ : આ વિભાગમાંથી પ્રશ્ન–૧ (૧૪ માકસR) માટે પૂછાશે.

પ્ર. ૧. હૃદયનલિકાનો રોગ (CHD) એટલે શું ? મનોભારની ભૂમિકા અને સ્ત્રીઓ અને CHD તથા વ્યકિતત્વ અને હૃદયરોગ વિશે સમજૂતિ આપો.

૧.૧ પ્રસ્તાવના :

'હાર્ટએટેક'નું નામ સાંભળતા જ વ્યકિતના પગ ઢીલા થઈ જાય છે. અત્યારે દરેકના મોઢે રદયરોગની વાતો વારંવાર સાંભળવા મળે છે. નાની ઉંમરે પણ હૃદયરોગ જોવા મળે છે. હવે હાટએટક કે રદયરોગ એ સામાન્ય બાબત થઈ ગઈ છે. અમેરિકામાં આ રોગ ખૂબ ઘાતક ગણાય છે. રદયરોગમાં મનોભાર અગત્યનો છે. આ રોગ મૂત્યુ માટે અગ્રણી કારણ છે. માનવીનું વ્યકિતત્વ પણ રદયરોગ સાથે સંકળાયલું છે. સ્ત્રીઓમાં પણ આ રોગ ખૂબ પ્રાણઘાતક જોવા મળે છે.

૧.૨ હૃદયનલિકાનો રોગ (CHD)(Coronary Heart Disease) :

'હાર્ટએટેક'નું નામ સાંભળી હાર્ટએટેક આવી જાય એવો આ રોગ છે. હૃદયરોગ એ અમેરિકામાં સૌથી વભુ ઘાતક રોગ છે. ૨૦મી સદીમાં આ રોગ એ ખૂબ તીવ્ર રીતે આગળ વભ્યો છે. આ રોગ દીઘRકાલિન રોગ છે. આ રોગ વિકસતા અને વિકસિત બંને પ્રકારના દેશોમાં મુત્યુનું અગ્રણી કારણ છે (લીડર અને અન્ય, ૨૦૦૪).

માનવ શરીરનો સૌથી વધારે અગત્યનો અવયવ એટલે રદય. સામાન્ય રીતે એક મિનિટમાં ૭૫ થી ૮૦ વખત રદય ધબકે છે. રદયની બખોલમાં ચાર

ખાનાં છે જે (૧) રાઈટ વેન્ટ્રીકલ (૨) લેફ્ટ વેન્ટ્રીકલ (૩) રાઈટ એટ્રીએમ (૪) લેફ્ટ એન્ટ્રીએમ નામથી ઓળખાય છે. રદય સ્વાર્થી નથી તેની બખોલમાં આખા શરીરમાં પહોંચે તેટલું લોહી હોવા છતાં પોતાનામાંથી એક મુખ્ય આર્ટરી 'એઆરટા' કાઢેલી છે જેમાંથી હૃદયને પહોંચાડનારી નળીઓ કોરોનરી આર્ટરી કાઢે છે. કોરોનરી આર્ટરીમાંથી હૃદયને લોહી પહોંચાડનારી ત્રણ નળીઓ ઓછી છે. (૧) રાઈટ કોરોનરી (૨) લેફ્ટ કોરોનરી અને (૩) સર્કમ ફ્લેક્ષ તરીકે ઓળખાય છે. જે હૃદયના જમણાં–ડાબા –પાછળના ભાગને લોહી પહોંચાડવાનું કામ કરે છે. જો હૃદયના કોઈપણ ભાગને લોહી ઓછું મળે અથવા મળતા વાર લાગે તો છાતીમાં દુખાવો થાય આને 'એન્જાઈનાં' કહેવાય. કોઈ વખત ઘરમાં બેઠા બેઠા થાય, થોડુ ચાલવાથી થાય. આ વખતે છાતીમાં થોડી ભીંસ આવે, એકદમ ઉંડા શ્વાસ લેવા પડે, તે વખત તમે થોડીવાર બેસો તો આ દુઃખાવો મટી જાય . એન્જાઈના થવાનું મુખ્ય કારણ રદયને લોહી પહોંચાડનારી નળીઓમાંથી લોહી સરળતાથી પસાર ના થઈ શકે. કારણ વચ્ચે નળીને સાંકડા બનાવનારા કોલેસ્ટ્રોલના કલોટ જામી ગયા હોય. કોરોનરી આર્ટરીની એક કે વધારે શાખામાં કલોટ થાય ત્યારે હૃદયના અમુક ભાગને લોહી ના મળવાથી દુઃખાવો થાય. શરૂમાં એન્જાઈના થાય જે થોડા આરામ પછી મટી જાય પછી જેમ જેમ કલોટને કારણે નળીઓ વધારે બ્લોક થાય તેમ તેમ દુઃખાવો વધે. જયારે આર્ટરી કમ્પલીટલી પુરેપુરી બ્લોક થાય તેને હાર્ટએટેક કહેવાય. અહીં આપણે બાયપાસ સર્જરી વિશે જાણી લઈએ.

૧.૨.૧અર્થ :

હૃદયરોગ એ એક પ્રકારનું સામાન્ય 'પદ'છે જે એથેરોસ્કલરોસિસને લીધે ઉભું થાય છે. હૃદયરોગ એટલે કે લોહીની ધમનીઓ સાંકડી થવી, જે રદયને લોહી

પૂરું પાડે છે. જયારે લોહીની નળીઓ સાંકળી થાય છે કે બંધ થાય છે ત્યારે ઓકિસજન કે પોષકતત્વો જે રદયને મળતાં હોય છે તે આંશિક કે સંપૂર્ણ રીતે અવરદધિત થાય છે. કામચલાઉ રીતે ઓકિસજન અને પોષણની વારંવાર થતી તંગીને આપણે છાતીનો દુ:ખાવો કહીએ છીએ. જયારે તીવ્ર વંચિતતા ઉભી તાય છે ત્યારે તે રદયરોગના હુમલામાં પરિણામે છે.

ડો. બાન્સે (મેડીકલ કોલેજ જયોજિRયાના શરીરવિજ્ઞાની : માર્ચ, ૨૦૦૫) સુંદર રીતે કહયું છે કે 'આપણી શરીરની રકતવાહિનીઓ લોખંડની પાઈપ નેવી સખત નથી. તેનુંસંકોચન– પ્રસરણ શરીરની જરૂરિયાત મુજબ થતું રહેવું જોઈએ. આ પ્રક્રિયા બરાબર ન થાય તો રદયરોગની સંભાવના વધી જાય છે.

માબાપને હૃદયરોગ હોય તો તેમા બાળકોને રદયરોગ થવાની વિશેષ શકયતા છે. આ એક પ્રકારનો જનીનશાસ્ત્રીય પૂવRસંસ્કાર છે. જે જીવનના પ્રારંભમાં ઉભો થઈ શકે છે અને તે પૂર્વસંસ્કાર જીવન જીવવાની શૈલી દવારા તીવ્ર બને છે.

૧.૨.૨ મનોભારની ભૂમિકા :

હૃદયરોગમાં મનોભાર અગત્યનો છે. તીવ્ર મનોભાર નિષેધક લાગણીઓ અને અચાનકની પ્રવતિઓ CHD ને વિકસાવે છે. મનોભાર પ્રત્યેની પ્રતિક્રિયાત્મકતા અને દુશ્મનાવટ સાથે પહોંચી વળવાની બાબતો બીજા જોખમી ઘટકો સાથે આંતરક્રિયા કરે છે.

જેમનો સામાજીક, આથિRક મોભો નીચી કક્ષાનો હોય તેમનામાં હૃદયરોગ સામાન્ય હોય છે. પુરુષોના રદયરોગના લક્ષણો નાની ઉંમરે વિકસે છે. નીચી કક્ષાનો સામાજીક આર્થિક મોભો ધરાવનાર વ્યકિતની પુનઃ સાજા થવાની પ્રક્રિયા પણ ધીમી હોય છે.

આ રોગ આધુનિકતા અને ઔધિોગીકરણની ભેટ છે. વ્યાવસાયિક મનોભાર આના સાથે સંબંધ ધરાવે છે. વ્યકિત પાસે ઉંચી કાયRની માંગણીઓ હોય અને તે વ્યકિત તેમાં માંગણીઓ પૂરી ન કરી શકે તો તે રદયરોગનો વિશેષ ભોગ બને છે. સામાજિક અસ્થિરતા પણ CHD ના ઉંચા દર સાથે જોડાયેલી છે. શહેરી અને ઔધોગિક વિસ્તારમાં CHDના દદીRઓ અવિકસિત દેશો કરતાં વધુ જોવા મળે છે.

૧.૨.૩ સ્ત્રીઓ અને રદયરોગ :

અમેરિકામાં રદયનલિકાનો રોગ સ્ત્રીઓ માટે ખૂબ પ્રાણઘાતક છે. બીજા વિકસિત દેશોમાં પણ આવી જ પરિસ્થિતિ છે. સ્ત્રીઓના જેટલા રદયરોગને લીધે મુત્યુ થયા છે તેના કરતાં વધારે પુરુષોના થાય છે. સ્ત્રીઓના ૨,૨૭,૦૦૦ અને પુરુષોના ૨,૩૩,૦૦૦ કિસ્સા નોંધાયા છે. સ્ત્રીઓ જુવાન ઉંમરે પુરુષોના પ્રમાણમાં રદયરોગથી વધારે સુરક્ષિત હોય છે. તેના માટેનું કારણ એ હોઈ શકે કે તેમનું ઉંચી ઘનતા ધરાવતું લીપોપ્રોટીન છે, જે પૂર્વ 'મનોપોઝ' ના સમય સાથે સ્ત્રીઓના એસ્ટ્રોજનની ઉંચી કક્ષા સાથે સંકળાયેલું છે. એસ્ટ્રોજન એ સહાનુકંપીતંત્રની જાગૃતિ ને ઘટાડે છે.

સ્ત્રીઓમાં હૃદયનલિકાનો રોગ 'મનોપોઝ' પછીના મુત્યુમાં જોખમી ઘટક છે. સ્ત્રીઓમાં **હૃદય**રોગ એ પુરુષ કરતાં ૧૫ વર્ષ મોડો શરૂ થાય છે. આમ છતાં સ્ત્રીઓના મુત્યુ માં તે કારણભૂત ગણાય છે. સ્ત્રીને રદયરોગ થાય તો તેની એટલી બધી કાળજી લેવાતી નથી, પણ કમાણી કરતાં પુરુષને રદયરોગ થાય તો તેના માટે ખાસ કાળજી લેવામાં આવે છે. તેને વધારે સારી રીતે સારવાર અપાય છે. જયારે સ્ત્રીઓ માટે આવું હોતું નથી, પરંતુ હવે સ્ત્રીઓના હૃદયરોગ વિશે થોડીક વિશેષ જાગૃતિ આવી રહી છે.

સ્ત્રીઓની બાબતમાં જે સ્ત્રી શારીરિક રીતે સક્રિય હોય, નીચો કોલસ્ટ્રોલ અને ટ્રાયગલીસરાઈડ ધરાવતી તેવી સ્ત્રીઓમાં રદયરોગ ઓછો થાય છે. પુરુષોની જેમ

સ્ત્રીઓને ઉચી કક્ષાનું સામાજિક સમર્થન મળે છે. સ્ત્રીઓની હૃદયરોગ વિશેની માહિતી મોટેભાગે લાંબાગાળાના ચિકિત્સાત્મક અભ્યાસોમાંથી મળે છે. નર્સિસનો તંદુરસ્તાનો અભ્યાસ એ ૧૯૭૬ માં શરૂ થયો. જયારે ૧,૨૦,૦૦૦ જેટલી સ્ત્રી મહિલા નર્સિસ હતી, જેમની ઉંમર ૩૦ થી ૩૫ વર્ષની હતી. તેઓએ લાંબા ગાળાનો તબીબી ઈતિહાસ અને જીવનશૈલીના સંશોધનમાં ભાગ લીધો. છેલ્લા ૨૫ વર્ષમાં હૃદયરોગની ઘટના ઉભી થઈ નહીં. ધૂમ્રપાનથી મહિલાઓને હૃદયરોગનું જોખમ વધી જાય છે.

૧.૨.૩.૧ દાંતનો રોગ અને રદયરોગ :

દાંત અને રદયરોગ વચ્ચેનો સંબંધ શોધાયો છે. દાંતનો સડો થાય તો રદયરોગ જલદી આવે છે. લંડનના પ્રો. રિચાડR વોટના જણાવ્યા મુજબ દાંતની સ્વચ્છતા અને રદયરોગના જોખમ વચ્ચે સંબંધ છે. જો આ જોખમ ઘટાડવું હોય તો દિવસમાં બે વખત દાંતની સફાઈ કરવી જોઈએ.

૧.૨.૪ વ્યકિતત્વ અને રદયરોગ :

માનવીનું વ્યકિતત્વ રદયરોગ સાથે સંકળાયેલું છે. પ્રસિધ્ધ રોગનિષ્ણાતો એમ.ફ્રાઈડમાન અને રોશેમાને (૧૯૭૪) વ્યકિતત્વના બે પ્રકારો દર્શાવ્યા છે.

૧. A – ટાઈપ વ્યકિતત્વ

૨. B– ટાઈપ વ્યકિતત્વ

૧. A – ટાઈપ વ્યકિતત્વ :

A – ટાઈપ વ્યકિતત્વ એ હૃદયનલિકાના રોગ સાથે સંકળાયેલું છે. માનવીની જરૂરિયાતો ગગનચૂંબી બની છે. જીવનની હાડમારી અને હોડ વધ્યા છે. આવા વ્યકિતઓ સમયપાલનમાં કડક હોય છે. તેઓ વધુ ઉતાવળમાં હોય છે. આક્રમક અને સ્પર્ધાત્મક હોય છે તેઓ માટે જીવન એક સંગ્રામ હોય છે. ખૂબ જ દોડધામ અને કામનો બોજો એ તેમના લક્ષણો છે. તેમને રદયરોગનું જોખમ હોય છે. B– ટાઈપના

વ્યકિતત્વો કરતાં તેઓ વધારે કામ ખેંચતા હોય છે. આવા લોકો વહીવટકર્તા કે રાજકારણી હોય છે. આવા લોકોને રદયરોગ થવાનો વિશેષ સંભવ છે.

૨. B– ટાઈપ વ્યકિતત્વ :

૨. B– ટાઈપ વ્યકિતત્વવાળા લોકો આરામપ્રિય, મનમોજી હોય છે. તેમને ઉતાવળ ગમતી નથી. જે મધ્યમ રીતે સ્પધાRત્મક હોય તેવા કાયોR ગમે છે. આ લોકોને રદયરોગ થવાની ઓછી સંભાવના છે. જોકે B– ટાઈપના લોકોને રદયરોગ ન થાય તેવું નથી. પરંતુ તેમને A – ટાઈપના લોકો કરતાં ઓછું જોખમ હોય છે.

૧.૩ ઉપસંહાર :

આમ, આ રોગનું નામ સાંભળી 'હાટRએટેક' આવી જાય એવો આ રોગ છે. હ્દયરોગમાં મનોભાર અગત્યનો છે. આ રોગ એ આધુનિકતા અને ઔદ્યોગિકીકરણની ભેટ છે. સ્ત્રીઓ માટે આ રોગ ખૂબ પ્રાણઘાતક છે. વ્યકિતત્વના ટાઈપ–A અને ટાઈપ– B એમ બે પ્રકારો જોવા મળે છે.

પ્ર. ૨. હ્દયરોગનું વ્યવસ્થાપન ટૂંકમાં સમજાવો.

૨.૧ પ્રસ્તાવના :

હ્દયરોગ એ આજ કાલનો ખૂબ જ ચર્ચિત રોગ છે. લાખો લોકો રદયરોગથી પિડાય છે. આથી આ રોગનું વ્યવસ્થાપન કરવું ખૂબ જરૂરી છે. જો યોગ્ય રીતે હ્દયરોગનું વ્યવસ્થાપન કરવામાં આવે તો કદાચ વ્યકિતને બચાવી પણ શકાય. આ હ્દયરોગનું વ્યવસ્થાપન નીચેની રીતે કરી શકાય.

૨.૨ હૃદયરોગનું વ્યવસ્થાપન :

દર વર્ષ યુનાઈટેડ સ્ટેટસમાં ૫,૦૦,૦૦૦ વ્યકિતઓ હૃદયરોગથી પિડાય છે. જેમાંથી ચોથા ભાગના હૃદયહુમલાના થોડાક કલાકમાં મુત્યુ પામે છે. અને ત્રીજા ભાગના લોકો પ્રારંભિક થોડા અઠવાડિયામાં જ મુત્યુ પામે છે.

૧. વિલંબની ભૂમિકા :

હૃદયરોયને લીધે ઉભી થતી અશકિત કે મર્ત્યતાના ઉંચા દર પાછળના કારણોમાંનું એક કારણ સારવાર માટેનો વિલંબ છે. ખરેખર તો રદયરોગ આવે એટલે તરત જ ડોકટર પાસે પહોંચી જવું જોઈએ . દર્દીઓ કલાકો કે કેટલાક દિવસો સુધી સારવાર લેતા નથી. કેટલાક દર્દીઓ તેમને હૃદયરોગ થયો છે તેનો સામનો કરવા તૈયાર હોતા થની. કેટલાક પોતાની જાતે જ તેનો ઉપચાર કરે છે. જેમ કે છાતીમાં દુઃખે તો બામ લગાવે. ગેસને લીધે દુઃખે છેએમ માની ડોકટરને બોલાવે નહી.

વૃધ્ધ દર્દીઓ અને આફ્રિકન–અમેરિકન, હાર્ટએટેકના દર્દીઓ સારવારમાં વધુ સમય સુધી વિલંબ કરે છે. કેટલાક તો પોતાની જાતે જ તેનો ઉપચાર કરે છે. કુટુંબના સભ્યોની હાજરીમાં હૃદયરોગના હુમલાનો અનુભવ થાય તો વિલંબ વધે છે, કારણ કે આવા સંજોગોમાં વધારે ચિતક્ષોભ પેદા કરે તેવું વાતાવરણ હોય છે.

રદયરોગ અંગે તો એક મનદવૈજ્ઞાનિક મુદાએ સારવાર શોધક વર્તન કેવી રીતે સુધારવું અને કેવી રીતે લાંબા વિલંબોને ઘટાડવા તે અંગે છે. જે દર્દીઓ રદયનલિકાના ઉંચા જોખમમાં હોય અને કુટુંબના સભ્યોને આ લક્ષણોને ઓળખવા માટે તાલીમબધ્ધ કરાય તો વિલંબને ટાળી શકાય છે.

૨. રદયરોગ સંબંધી પુનવRસન :

તીવ્ર પ્રકારની માંદગીના તબકકામાં MI (રદયસ્નાયુની ઈજાવાળા) દર્દીઓને રદયનલિકાની સંભાવના એકમમાં દાખલ કરાય છે. જેમાં રદયરોગનું કાર્ય એ સતત નિયમિત રીતે કરવામાં આવે છે.

મોટા ભાગના રદયરોગના દર્દીઓ હોસ્પિટલમાં દાખલ થયા પછી ઘરે પાછા ફરે છે. આથી લાંબાગાળાના અને ટૂંકાગાળાના પુનર્વસનના પ્રશ્નો ઉભા થાય છે.

૩. હૃદયરોગનું પુનર્વસન એટલે શું ?

એકવાર માંદગીનો તીવ્ર તબકકો પસાર થઈ જાય ત્યારે દદીRઓને વધારે સક્રિય બનાવવા માટે પ્રોત્સાહિત કરાય છે. રદયરોગની પુનવRસનની વ્યાખ્યા એ સક્રિય અને પ્રયત્નશિલ પ્રક્રિયા તરીકે આપવામાં આવે છે. જેમાં રદયરોગના દર્દીઓએ ઈષ્ટતમ શારીરિક,તબીબી,મનોવૈજ્ઞાનિક, સામાજીક, આવેગકીય અને આર્થિક મોભાને સિધ્ધ કરે છે. પુનવર્સનના ધ્યેયો એ લક્ષણોમાથી મુકિત અપાવે છે, રોગને આગળ વધતો અટકાવે છે અને મનોવૈજ્ઞાનિક અને સામાજીક સમાયોજન વધારે છે.

સફળ રદયરોગનું પુનવર્સન એ દર્દીના સક્રિય સહભાગીકરણ ઉપર આધાર રાખે છે. આની પાછળનું લક્ષ્ય એ નિપૂણતા મેળવવી કે સ્વ–અસરકારકતાની સમજ મેળવવી તે છે.

ખરેખર, એ વધતી જતી રીતે સ્પષ્ટ છે કે દર્દીએ વિકસાવેલી માન્યતાઓએ ભરોસાપાત્ર અને પુનઃ સાજા થવાની સફળતા સાથે સંકળાયેલી છે.

૪. ઔષધિ દવારા ઉપચાર :

હૃદયરોગની સારવાર એ નિદાન પછી તરત જ શરૂ થાય છે. ઘણા CHDના મુત્યુ એ દર્દીમાં લોહીની ગાંઠ ઓગળવાની દવાઓ અને તબીબી પધ્ધતિઓ જેમકે

એન્જિયોપ્લાસ્ટ અને બાયપાસ સર્જરીને લીધે ઘટે છે. એકવાર સારવારનો તીવ્ર તબકકો પૂરો થઈ જાય ત્યારબાદ પુનવર્સનન સારવારની તૈયારી શરૂ થાય છે.

દર્દીને જે દવાઓ લેવાની હોય છે તેની માહિતી અપાય છે.ખાસ કરીને આવી દવાઓએ લોહીના દબાણને નિયંત્રણમાં રાખવા માટે અને રદયરોગના દુઃખાવા માટે હોય છે. જેમાં બીટા એડ્રેનેર દવાઓ જે રોજ લેવાય છે. તે અનુકંપી ચેતાતંત્રના ઉદીપનનો પ્રતિકાર કરે છે. જે રદયરોગ સાથે સંકળાયેલી છે. 'બીટા બ્લોકિંગ' એજન્ટ એ આવા ઉદીપનને રોકવામાં ઉપયોગી છે. જેમકે રદયની નળીઓ સાંકડી થઈ હોય તો તેને દવા આપવાથી પહોળી થઈ શકે છે.

એસ્પિરિન એ સામાન્ય રીતે રદયરોગના દર્દીઓ કે તેના જોખમવાળા દર્દીઓને ઉતારી આપવામાં આવે છે.

૫. ભોજન અને સક્રિયતાની કક્ષા :

Mi દર્દીઓ જે સાજા થયા હોય તેમના ઉપર ભોજનના નિયંત્રણો લાદવામાં આવે છે. આ તેમના કોલસ્ટ્રોલના ઘટાડા માટે યોગ્ય છે. તેમને ધૂમ્રપાન ન કરવું, વજન ઓછું કરવું, દારૂ ન પીવો વગેરે સૂચનાઓ અપાય છે. મોટાભાગના લોકો ને તબીબી નિરીક્ષણમાં કસરતની સલાહ અપાય છે. કસરત એ રદયનલિકાના કાર્યને સુધારતી જ નથી, પરંતુ મનોવૈજ્ઞાનિક રીતે પુનઃ સાજા થવાની પ્રક્રિયાને પણ સુધારે છે.

૬. મનોભાર સંચાલન (વ્યવસ્થાપન) :

હૃદયરોગના દદીRને મનોભાર ખૂબ પજવે છે. તેથી મનોભારનું વ્યયસ્થાપન જરૂરી બને છે. રદયરોગીઓએ ઘરમાં અને વ્યવસાયમાં મનોભારથી દૂર રહે તે જરૂરી છે. આમ છતાં ૫૦% જેટલા દદીઓ જણાવે છે કે તેઓ પોતાના મનોભારને ઘટાડવા અશકિતમાન છે. આ માટે મનોભારસંચાલનના કાર્યક્રમ ઉપયોગી છે. જેમાં દદીને મનોભારજનક બનાવોને ઓળખવાનું અને ટાળવાનું શિખવાડવામાં આવે છે. ખાસ

કરીને શિથિલીકરણની પધ્ધતિ શિખવાડાય છે. જે મનોભારના સંચાલનની પધ્ધતિને સુધારે છે.

આ ઉપરાંત દુશ્મનાવટની કક્ષા ઘટાડવામાં પણ મનોભાર સંચાલનના કાર્યક્રમો ઉપયોગી નીવડયા છે. ગુસ્સો એ રદયરોગનો હુમલો લાવનાર ઘટક છે. તેને કાબુમાં રાખવાનું શિખવાડવામાં આવે છે.

૭. ઉદાસીનતાને લક્ષ્ય બનાવવું :

ઉદાસીનતા અને વ્યગ્રતા એ રદયરોગ માટે મહત્વના પ્રશ્નો છે. આથી તેમનું સંચાલન બહુ જરૂરી બને છે. ઉચી ઉદાસીનતા અને ઉચી વ્યગ્રતા એ રદયની ગતીને ઘટાડે છે. આવી લાગણીમય અવસ્થાને લીધે પુનઃ સાજા થવામાં વાર લાગે છે અને દદીઓ મુત્યુ પામે છે.મનોવૈજ્ઞાનિક ઘટકો જે ઉદાસીનતાની દવાની સારવારની અસરકારકતાને ઓછી કરે છે. જયારે ખિન્ન રદયનલિકાના દદીઓને બોધાત્મક વાતRનિક ઉપચાર અપાય છે.

૮. હૃદયરોગ સંબંધિત પુનવર્સનનું મૂલ્યાંકન :

એકવાર રદયરોગનો હુમલો થયો હોય તો રદયરોગનું પુનવર્સન એ ઉપયોગી છે. ૧૩૦ જેટલા પ્રકાશિત થયેલા મૂલ્યાંકન અભ્યાસો સૂચવે છે કે તેનાથી રદયરોગને લીધે આવતું મુત્યુ ઘટે છે. આમાં મનોવૈજ્ઞાનિક સારવારનો ઉમેરો કરવામાં આવે તોદદીને ફાયદો થાય છે.

સ્ત્રી હોય કે પુરુષ, જોખમી ઘટકોમાં સુધારો કરવાથી ભવિષ્યનું નુકસાન અને રદયરોગનો હુમલો અટકાવી હકાય છે. આની સાથે ઉચા લોહીના દબાણની પણ સારવાર કરવી જાઈએ.

૯. સામાજિક સમર્થનની સમસ્યાઓ :

સામાજિક સમર્થન રદયરોગના દદીઓને સાજા થવા માટે, વ્યથા ઘટાડવા માટે, રદયરોગના લક્ષણો ઘટાડવા માટે ઉપયોગી છે.ખાસ કરીને દદીને હોસ્પિટલમાં દાખલ કરીએ ત્યારે આવું બને છે.

ઉદાસીનતા પોતે જ એક જોખમી ઘટક છે જે મુત્યુને લાવે છે. કેટલાક ઘટકો સામાજિક સમર્થનની અસરોને ધોઈ નાંખે છે. જેમ કે MIનો દર્દી જણાવે છે કે ઘરમાં તેની સ્વતંત્રતા છિનવાઈ ગઈ છે. શરમ, નિઃસહાયતા અને નબળું સ્વગૌરવ વ્યકિતને મુશ્કેલીમાં મૂકે છે. દર્દીને ભોજનમાં ફેરફાર કરવો ગમતો નથી.

હૃદયરોગના હુમલામાંથી સાજા થતાં પતિ કે પત્ની આધારિત અને ઉશ્કેરાટવાળા હોય છે. આમાં દદીને પતિ કે પત્ની મદદ કરે જેથી તેમનામાં સ્વ–અસરકારકતા આવે તેવો સંભવ છે.

૧૦. હૃદયને લગતો અયથાર્થતાવાદ :

MI નું એક પરિણામ એ રદયને લગતી અયથાર્થતા છે. એટલે કે દદીઓ અને તેમના પતિ કે પત્ની દદીની શકિતને જેટલી હોય તેના કરતાં ઓછી અંદાજે છે.

કેટલાક પ્રશ્નો હોવા છતાં રોગની સંભાળમાં કુટુંબની અગત્યની ભૂમિકા છે. દદીઓ અને કુટુંબના સભ્યો બંનેને રદયરોગના લક્ષણો વિશે માહિતી આપવી જોઈએ. આ ઉપરાંત MI દદીના કુટુંબના સભ્યોને રદય ફુપ્ફુસ ધમની, રદય અને ફેફસાંના કાર્યનું પુનઃ સ્થાપન કરવું પડે છે.

૨.૩ ઉપસંહાર :

આમ, હૃદયરોગનું વ્યવસ્થાપન કરવું ખુબ જરૂરી છે. રદયરોગની સારવાર એ નિદાન પછી તરત જ શરૂ થાય છે. રદયરોગના દદીને મોભાર ખૂબ હોય છે. તેથી

તેનું વ્યવસ્થાપન ખૂબ જરૂરી છે. સામાજીક સમર્થન રદયરોગના લક્ષણો ઘટાડવામાં ઉપયોગી છે.

પ્ર. ૩. લોહીનું ઉંચું દબાણ એટલે શું ? લોહીનું ઉંચું દબાણ કેવી રીતે મપાય છે. અને લોહીનું ઉંચું દબાણ કોણ ઉભુ કરે છે તે સમજાવો. મનોભાર અને લોહીના ઉંચા દબાણનો સંબંધ અને વ્યકિતત્વના ઘટકો અને લોહીનું ઉંચું દબાણ સમજાવો.

૩.૧ પ્રસ્તાવના :

છેલ્લાં ૨૫ વર્ષમાં ભારતમાં બ્લડપ્રેશર ધરાવતી વ્યકિતઓની સંખ્યામાં ખૂબ વધારો થયો છે. દુનિયામાં દર ૧૦૦ યુવાનોમાંથી ૧૦ થી ૧૫ વ્યકિતઓ હાઈ બ્લડપ્રેશર ધરાવતી હોય છે. ભારતમાં કુલ બ્લડપ્રેશરના દર્દીઓમાંથી માત્ર ૧૪% જ નિયમિત દવા લે છે અને તેમનું બ્લડપ્રેશર કન્ટ્રોલમાં છે.

લોહીનું ઉંચું દબાણ એટલે 'હાઈબ્લડપ્રેશર' અત્યારની દોડધામવાળી લાઈફમાં દરેકને થોડુંક હાઈબ્લડપ્રશર જોવા મળે છે. હાઈબ્લડપ્રેશર માપવામાં આવે છે. જેમને હાઈબ્લડપ્રેશર હોય છે તેમની પુનઃ સાજા થવાની પ્રક્રિયા ધીમી હોય છે. મનોભાર કે ચિંતા ને લીધે પણ લોહીનું ઉંચું દબાણ જોવા મળે છે. વ્યકિતત્વના ઘટકો પણ લોહીના દબાણ માટે જવાબદાર છે.

૩.૨ લોહીનું ઉંચું દબાણ :

હાઈબ્લડપ્રેશર હવે સર્વ સામાન્ય બીમારી બની ગઈ છે. વૃધ્ધાવસ્થામાં સતાવતું બ્લડપ્રેશર હવે ૩૦ થી ૩૫ વર્ષે થતું જોવા મળે છે. જો એને સામાન્ય બીમારી માની તેની સામે આંખ આડા કાન કરવામાં આવે તો તે ગંભીર રૂપ ધારણ કરી શકે છે.ગર્ભવતી મહિલાઓ પણ તેમાંથી બાકાત રહી નથી. આવા સમયે પૂરતી તકેદારી લેવામાં ન આવે તો માતા અને આવનારા બાળક બંનેને નુકસાન થઈ શકે છે.

કિરણભાઈના કેસમાં તો બ્લડપ્રેશરનાં લક્ષણો જોવા મળ્યાં હતાં જયારે અમુક કેસમાં તો દુર્ઘટના ઘટી જાય એ પછી ખબર પડે છે કે આ તો હાઈ બ્લડપ્રેશરને કારણે ઘટી. હાઈબ્લડપ્રેશરને ડોકટરી ભાષામાં 'સાઈલન્ટ કિલર'પણ કહેવામાં આવે છે. પહેલાં તો બ્લડપ્રેશર શું છે ? એ સમજીએ.

'હાઈબ્લડપ્રેશર' અથવા તો 'હાયપર ટેન્શન' ની સ્થિતિ એટલે લોહીનું ઉચું દબાણ . ચોકકસ ઉમરે સ્ત્રી કે પુરુષમાં લોહીનું દબાણ હોવું જોઈએ તેનાથી વધુ દબાણ થાય તો તેને'હાયપર ટેન્શન' કહે છે.

રદયની નળીઓમાં લોહીના દબાણથી જે રકતચાપ (પ્રેશર) બને છે તેને બ્લડપ્રેશર કહેવામાં આવે છે. દુનિયાભરમાં બ્લડપ્રેશર માટે સિસ્ટોલિક એટલે ઉપરનુ ૧૪૦ અને ડાયસ્ટોલિક એટલે નીચેનું ૯૦ ની મર્યાદા નકકી કરાઈ છે, જયારે આઈડિયલ બ્લડપ્રેશરનું માપ ૧૨૦/૮૦ હોવું જોઈએ. જો પ્રેશર ૧૨૦/૮૦ કરતાં વધી જાય તો બ્લડપ્રેશર લો થઈ ગયું કહેવાય. જયારે પ્રેશરનું પ્રમાણ ૧૪૦/૯૦ કરતાં વધી જાય તેને હાઈ બ્લડપ્રેશર કહેવામાં આવે છે. દિવસમાં એકાદ વખત બીપીનું પ્રમાણ વધારે આવ્યું હોય અને બાકી દિવસમાં ત્રણ વખત માપવાથી જો પ્રેશર પ્રમાણસર આવે તો દવાશરૂ કરવાની જરૂર નથી. પણ દરેક વખતે પ્રેશર હાઈ આવે તો ડોકટરની સલાહ લેવી જોઈએ અને તે જે સૂચના આપે તેનું પાલન કરવું જોઈએ.

એમ.ડી.ફિઝિશિયન ડો. રમેશભાઈ પટેલ કહે છે, જો બ્લડપ્રેશરને કન્ટ્રોલમાં રાખવામાં ન આવે તો પેરાલિસિસ, આંખને લગતી તકલીફો, હાર્ટ એટેક, કિડની ફેલ્યોર અને બ્રેઈન સ્ટ્રોક જેવી ગંભીર સમસ્યાઓ સર્જાઈ શકે છે. લોકોમાં એવી માન્યતા ઘર કરી ગઈ છે કે જો એક વખત હાઈ બ્લડપ્રેશરની દવા લેવાની શરૂ થઈ જાય તો તેને આજીવન લેવી જ પડે છે. પણ હકીકતમાં એવું નથી. ઘણાને કામના વધુ પડતા ભારણને લીધે પ્રેશર વધી જતું હોય છે તો અમુક લોકોને ઉંમર વધવાને લીધે

પ્રેશરમાં વધારો થતો હોય છે. ઘણી વખત અન્ય કોઈ બીમારીના ભાગરૂપે પણ બ્લડપ્રેશર વધવાની સમસ્યા સર્જાય છે.

સામાન્ય રીતે બ્લડપ્રેશરના બે ભાગ પાડવામાં આવ્યા છે. એક એસેન્સિઅલ બ્લડપ્રેશર અને બીજું સેકન્ડરી બ્લડપ્રેશર. શરીરમાં કોઈ પણ પ્રકારની બીમારી કે અન્ય કારણ વગર જો બ્લડપ્રેશર હાઈ રહેતું હોય તો તેને એસેન્સિઅલ બ્લડપ્રેશર કહેવામાં આવે છે.મોટમભાગે આ પ્રકારનું બ્લડપ્રેશર લોહીની નળીઓ જાડી થવાથી અથવા સ્થિતિસ્થાપકતા ગુમાવવાથી થતું હોય છે. જયારે કિડનીની બીમારી, બ્રેઈન ટયુમર, રદયની બીમારી, જેવાં કારણોથી બ્લડપ્રેશર હાઈ રહે તો તેને સેકન્ડરી બ્લડપ્રેશર તરીકે ઓળખવામાં આવે છે. બ્લડપ્રેશર એસેન્સિઅલ છે કે સેકન્ડરી એ પાછળનું ચોકકસ કારણ ડોકટર દવારા શોધવામાં આવે છે. એ પછી જે બીમારી થઈ હોય તેની સારવાર કરવામાં આવે તો વધી ગયેલા પ્રેશરને કન્ટ્રોલમાં લાવી શકાય છે. સાઈલન્ટ કિલર તરીકે ઓળખાતા બ્લડપ્રેશરને હળવાશથી લેવાની ભૂલ કયારેય ન કરવી જોઈએ. જો સમયસર તેની દવા લેવામાં આવે અને થોડી તકેદારી રાખવામાં આવે તો તેના થકી આવતી અન્ય બીમારીઓથી બચી શકાય છે.

૩.૨.૧લોહીનું ઉંચું દબાણ કેવી રીતે મપાય છે ?

ધમનીઓમાં રહેલું લોહી રદયના પ્રત્યેક ધબકારા સાથે ધમનીની દરેક દીવાલ ઉપર દબાણ કરે છે. આ દબાણને માપવા માટે સ્ફીગ્મોમેનોમીટર નામનું સાધન વપરાય છે. બી.પી. કે લોહીનું દબાણ સામાન્ય રીતે બે પંકારના અંકોમાં મપાય છે. રદય સંકદચાઈને લોહીને બહાર ફેંકે ત્યારે ઉત્પન્ન થતું દબાણ એટલે સિસ્ટોલીક રદય બે ધબકારા વચ્ચે આરામ કરે ત્યારેઘટેલું દબાણ એ ડાયાસ્ટોલીક દબાણ. 'વર્લ્ડ હેલ્થ ઓર્ગેનાઈઝેશને' આપેલી વ્યાખ્યા પ્રમાણે ૧૬૦ થી વધુ સિસ્ટોલીક દબાણ અને ૯૫ થી વધુ ડાપાસ્ટોલીક દબાણ હાયપર ટેન્શન ગણાય છે. આ બંને આંકને ૧૨૦/૮૦

MMHG અથવા તો ૧૨૦ ઓવર ૮૦ એમ કહેવાય છે. દબાણ માપવાના સાધનમાં રબરની એક સ્થિતિસ્થાપક પટટા સાથે નળી દવારા કરકયુરીમનોમીટર જોડાયલું છે. આ પટટાને દદીના બાવડા ઉપર વીંટળવામાં આવે છે અને કોણીના ભાગે રહેલ બ્રાશીયલ ધમની ઉપર સ્ટેથોસ્કોપ રાખી રદયના ધબકારા સાંભળવામાં આવે છે. પટટામાં રબરના બોલ દવારા હવા ભરીને છોડાય છે તે દરમિયાન રદયના ધબકારા સાંભળવામાં આવે છે. જે લોકો લોહીના ઉચા દબાણના જોખમમાં હોય છે. તેમની પુનઃ સાજા થવાની પ્રક્રિયા ધીમી હોય છે.

૩.૨.૨ લોહીનું ઉચું દબાણ કોણ ઉભુ કરે છે :

એક અભ્યાસ મુજબ આહારમાં વધુ પડતી ખાંડ લેવાથી લોહીના ઉચા દબાણનું જોખમ વધે છે. આશરે ૫% જેટલું લોહીનું ઉચું દબાણ એ કિડનીની લોહીના દબાણમાં નિયંત્રણ રાખવાની નિષ્ફળતાને લીધે ઉભું થાય છે. આમ છતાં કુલ લોહીના દબાણના ૯૦% એ આવશયક હોય છે. આવશયક રીતે તેનું કારણ જાણી રકાતું નથી.

કેટલાક જોખમી ઘટકો શોધી કાઢવામાં આવેલા છે. ૫૦ વર્ષની ઉંમર પહેલાં પુરુષો સ્ત્રીઓ કરતાં વધારે જોખમ ધરાવે છે. ૫૦ વર્ષ પછી સ્ત્રીઓમાં પુરુષો કરતાં લોહીનું ઉચું દબાણ વધુ હોય છે. રદયરોગના જોખમના ઘટકોએ અમેરિકામાં ગોરા લોકો કરતાં લઘુમતીઓમાં વધારે હોય છે.

કેટલાક જનીનશાસ્ત્રીય ઘટકો પણ તેમાં ભાગ ભજવે છે. જો માતા કે પિતા બંનેમાંથી કોઈ એકને લોહીનું ઉચું દબાણ હોય તો બાળકમાં લોહીનું ઉચું દબાણ થવાની ૪૫% તકો જે. જો મા– બાપ બંનેને લોહીનું ઉચું દબાણ હોય તો ૯૫% શકયતા થઈ જાય છે. લોહીના દબાણની અતિશય ક્રિયાત્મકતા બાળપણમાં હોય તો પછીની ઉંમરમાં લોહીનું ઉચું દબાણ ઉદભવે છે.

કેટલાક આવેગકીય ઘટકો પણ જવાબદાર છે. જેમકે દકારાત્મકતાની લાગણી લોહીનું ઉંચું દબાણ લાવે છે(જોનાસ અને અન્ય, ૨૦૦૦). ગુસ્સો અને વધે પડતી આડમારી પણ લોહીનું ઉંચું દબાણ લાવે છે. આમ આ બધા નિરીક્ષણો સૂચવે છે કે કુટુંબનું વાતાવરણ ખાસ અગત્યનું છે.

૩.૨.૩ હાઈબ્લડપ્રેશરના લક્ષણો :

– માથું ભારે લાગવું.

– ચકકર આવવાં.

– બેચેની લાગવી.

– પગમાં સોજો આવવો.

– છાતીમાં ભાર લાગવો.

– કાનમાં તમરાં બોલવાં.

– ધબકારામાં વધઘટ થવી.

૩.૨.૪ હાઈબ્લડપ્રેશરના કારણો :

– આહારમાં મીઠાનું વધુ પડતું સેવન.

– વારસાગત.

– બેઠાડું જીવન.

– મેદસ્થિતા.

– જંકફુડનું વધુ પડતું સેવન.

– માનસિક તાણ.

– ધૂમ્રપાન.

– તમાકુ અને દારૂનું સેવન.

૩.૨.૫ મનોભાર અને લોહીનું ઉચું દબાણ નો સંબંધ :

ઘણા વર્ષોથી મનોભાર એ લોહીનું ઉચું દબાણમાં ફાળો આપનાર ઘટક તરીકે અસ્તિત્વ ધરાવે છે. લોહીનું ઉચું દબાણ એ દીર્ઘRકાલીન સામાજિક સંબંધ અને વ્યાવસાયિક તણાવમાંથી ઉદભવે છે. ખાસ કરીને ઉચી અપેક્ષા અને ઓછા નિયંત્રણમાંથી ઉદભવે છે. ટોળું,ઘોંઘાટ, ઉચો મનોભાર વગેરે લોહીનું ઉચું દબાણ લાવે છે. આ ઉપરાંત કાર્ય મનોભાર અને બેકારી એ લોહીના ઉચા દબાણ સાથે સંકળાયેલા છે. સ્ત્રીઓમાં લોહીનું ઉચું દબાણ એ વધારે પડતી કૌટુંબિક જવાબદારીઓ સાથે સંકળાયેલું છે.

મનોભાર અને લોહીના ઉચા દબાણના અભ્યાસ માટે કેટલીક પધ્ધતિઓ છે. નેમકે લોકોને પ્રયોગશાળામાં લઈને અભ્યાસ કરવો. મનોભારજનક બનાવોનો અભ્યાસ કરવો. જેમકે નોકરી–ધંધો અને મનોભાર વચ્ચેનો સંબંધ. આના અભ્યાસો દર્શાવે છે કે લોહીના દબાણમાં દિવસ દરમિયાન આવતા પરિવર્તનોને માપવા એ સારો રસ્તો છે. જેઓ વધુ ધૂમ્રપાન, અતિશય દારૂનું સેવન કરતા હોય, જેમને કાર્યની તાણનો અનુભવ હોય તેઓમાં લોહીના ઉચા દબાણની શકયતા વધુ હોય છે. જે લોકો લોહીના ઉચા દબાણના દદી તરીકે નિદાનિત થયા છે તેઓ મનોભારકો પ્રત્યે વિશ્વાસપાત્ર રીતે લોહીનું ઉચું દબાણ ધરાવે છે. આ બધા નિષ્કર્ષો દર્શાવે છે કે જે ઘટકો લોકોને તેમના મનોભારજનક બનાવો સાથે પહોંચી વળવામાં મદદ કરે છે. તેઓ લોહીના ઉચા દબાણના દર્દીઓમાં એટલા બધા સફળ થતાં નથી.

૩.૨.૬ વ્યકિતત્વના ઘટકો અને લોહીનું ઉચું દબાણ :

શું વ્યકિતત્વના ઘટકો અને લોહીના ઉચા દબાણને સંબંધ છે ખરો ? હાલમાં વ્યકિતત્વને લોહીના દબાણ માટે સંપૂણRપણે જવાબદાર ગણવામાં આવતું નથી. છતાં જણાંય છે કે વેરભાવ એ લોહીના દબાણમાં ભાગ ભજવે છે. મોટાભાગના અભ્યાસો એ

ગુસ્સો અને તેની અભિવ્યકિત પર થયા છે. ખાસ કરીને દમિત ગુસ્સો એ લોહીના ઉંચા દબાણ સાથે સંકળાયેલો જોવા મળે છે. એવુંપણ જોવા મળ્યું છે કે વ્યકત કરેલો ગુસ્સો અને ગર્ભિત વેરભાવ એ બંને વધારે લોહીના દબાણ માટે જવાબદાર હોય છે. આવું ખાસ મનોભાર વખતે બને છે. અભિવ્યકત ગુસ્સો અને લોહીના દબાણને મહત્વપૂર્ણ સંબંધ છે.

જાતિગતતા અને લોહીના ઉંચા દબાણને સંબંધ છે? કાળા રંગના આફ્રિકન–અમેરિકનને થતા લોહીના ઉંચા દબાણ અંગે અભ્યાસો થયા છે. કાળા માણસોને ગોરા કરતાં વધારે લોહીનું ઉંચું દબાણ હોય છે.

૩.૨.૭ સંદેશાવ્યવહારની ખામીઓ :

સંદેશાવ્યવહારની ખામીઓ પણ લોહીના ઉંચા દબાણમાં કારણભૂત છે. જે લોહીના ઉંચા દબાણના જોખમમાં હોય છે તેમની આંતરક્રિયા ઓછી હોય છે. આથી તેઓ આવી આંતરક્રિયાને લીધે દીર્ઘકાલીન ગુસ્સો અનુભવે છે. તેઓ તબીબો સાથે બરાબર આંતરક્રિયા કરી શકતા નથી. તેથી તેમને પૂરતી સંભાળ મળતી નથી.

– બી.પી. કાબુમાં રાખવા આટલું કરો :

– નિયમિત દવા લવી.

– નિયમિત કસરત કરવી.

– આહારમાં મીઠું ઓછું લવું.

– તેલ, ઘી, બટર જેવા પદાથોRનું પ્રમાણ ઘટાડવું

– ફરસાણ, પાપડ, અથાણાંને ટાળવાં.

– વજન કન્ટ્રોલમાં રાખવું.

– ધ્યાન અને પ્રાણાયામ કરવા.

– ખોરાકની ટેવોમાં પરિવતRન લાવવું.

– ધૂમ્રપાન ન કરવું.

– નિયમિત પ્રેશર ચેક કરાવવું.

૩.૩ ઉપસંહાર :

આમ, હાયપર ટેન્શનની સ્થિતિ એટલે લોહીનું ઉંચું દબાણ. લોહીના ઉંચા દબાણને માપવા માટે સ્ફીગ્મોમેનોમીટર નામનું સાધન વપરાય છે. લોહીનું ઉંચું દબાણ એ કિડનીની લોહીના દબાણમાં નિયંત્રણ રાખવાની નિષ્ફળતાને લીધે ઉભું થાય છે. વ્યકિતત્વના ઘટકો, જાતિગતતા, સંદેશાવ્યવહારની ખામીઓ પણ લોહીના ઉંચા દબાણમાં કારણભૂત છે.

પ્ર. ૪. સ્ટ્રોકની સમજૂતી આપી સ્ટ્રોકના પરિણામો અને પુનવર્સન દરમિયાનગીરીઓના પ્રકારો ચર્ચો.

૪.૧ પ્રસ્તાવના :

સ્ટ્રોક આજકાલ લોકોને સતાવતો મુખ્ય રોગ બની ગયો છે. તેમાં મોં ઉપર લકવો, બોલવાની કે વાકયો સમજવાની મુશ્કેલી પડે છે. સ્ટ્રોકના લીધે કારક સમસ્યાઓ, બોધાત્મક અને આવેગકીય સમસ્યાઓ જોવા મળે છે. આથી સ્ટ્રોકને સમજવું જરૂરી છે.

'ઈન્ડિયન સ્ટ્રોક એસોશિયેશન' એ દેશના પાંચ મેગા સિટીમાં થોડા સમય પહેલાં સ્ટ્રોકની જાગૃતિ અંગે સર્વેક્ષણ કરાવ્યું હતુ. એમાં ૨૫ થી ૫૦ વર્ષની વયના કુલ ૧૫૦૭ લોકોને સામેલ કર્યા હતા. એમાં 'સ્ટ્રોક' નો અર્થ, એનાં કારણો, સારવારના વિકલ્પો તથા સ્ટ્રોકના દર્દીઓ સાથેના અનુભવો જણાવ્યા હતા.

વિશ્વ આરોગ્ય સંસ્થા અને વર્લ્ડ સ્ટ્રોક ઓર્ગેનાઈઝેશન દવારા થોડા દિવસ પહેલાં એટલે કે ૨૯ ઓકટોમ્બરના રોજ 'વર્લ્ડ સ્ટ્રોક ડે' તરીકે ઉજવાયો. વિશ્વ

આરોગ્ય સંસ્થાના આંકડા પ્રમાણે દર વર્ષ દોઢ કરોડ લોકો સ્ટ્રોકનો ભોગ બને છે. લાખો લોકોને મોતને શરણ કરતા સ્ટ્રોક વિશે જાણીએ.

૪.૨ સ્ટ્રોક :

સ્ટ્રોક એ એક પ્રકારનો મસ્તિષ્ક હુમલો છે. જે મુત્યુ તરફ દોરી જતાં ચાર કારણોમાંનું એક કારણ છે. મોટાભાગના સ્ટ્રોકના હુમલામાં દદીઓની ઉમર ૫૦ થી વધુ હોય છે. આમ છતાં ૧/૩ જેટલા દદીઓ ૫૦ થી નીચેના પણ હોય છે. ખાસ કરીને ભારતીયોનો સ્ટ્રોક વિશેનો ખ્યાલ સ્પષ્ટ નથી.

૪.૨.૧ સ્ટ્રોકના લક્ષણો :

સ્ટ્રોકના લક્ષણોમાં બોલવાની મુશ્કેલી, સાદા વાકયો સમજવાની મુશ્કેલી, એકાએક નબળાઈ, મોં ઉપરનો લકવો, ડબલ દેખાવું વગેરે છે. તાજેતરના સંશોધનો મુજબ તાત્કાલિક સારવાર એ સ્ટ્રોકથી થતાં નુકશાનને ઘટાડી શકે છે. ઘણા જનરલ પ્રેકિટશનરને પણ સ્ટ્રોક વિશે આધુનિક માહિતી હોતી નથી. સ્ટ્રોકની કઈ રીતે સારવાર કરવી તેની તેમને ખબર હોતી નથી.

૪.૨.૨ સાવચેતી :

સ્ટ્રોકના દદીને તાત્કાલિક હોસ્પિટલમાં લઈ જવો જોઈએ. તેની સારવારમાં રેડિયોલોજીસ્ટ, ન્યૂરોલોજીસ્ટ, ન્યૂરોસજRન, I,C,U. નિષ્ણાત થેરાપિસ્ટ અને નસRની ટીમ કામ કરે છે. ડાયાબિટીસ, હાઈબ્લડપ્રેશર, ડિપ્રેશન, માઈગ્રેનના દદીRઓ તથા મેદસ્થિતા ધરાવતી વ્યકિતને સ્ટ્રોક થવાનું જોખમ અન્ય વ્યકિત કરતાં વધુ રહે છે. આ ઉપરાંત કુટુંબ નિયોજન માટે ઉપયોગમાં લેવાતી હોમોRનયુકત દવાઓ પણ મહિલાઓમાં સ્ટ્રોકનું જોખમ વધારે છે. આથી સમયસર મસ્તિષ્કના રોગના નિષ્ણાતનો સંપકR કરવાથી આ રોગમાં સારવાર અને નિદાન શકય બને છે.

૪.૨.૩ સ્ટ્રોકના કારણો :

શેલ્લેય ઈ. ટેયલરના મતે સ્ટ્રોક એ મુત્યુનું ત્રીજું કારણ છે. મગજમાં જતાં લોહીના પ્રવાહમાં ખલેલ ઉભી થવાથી સ્ટ્રોકનો હુમલો થાય છે. કેટલાક સ્ટ્રોક એ લોહીના પ્રવાહને દખલ પહોંચે તેને લીધે થાય છે. ઓકિસજન ઘટી જતાં મગજના કોષો નાશ પામવાથી સ્ટ્રોક ત્રાટકે છે. મગજને લોહી પહોંચાડતી ધમનીમાં અવરોધ પેદા થવાથી (ઈસ્કેમિક સ્ટ્રોક) કે મગજની રકતવાહિની ફાટી જવાથી (હેમરેજિક સ્ટ્રોક) આવે છે. રકતવાહિનીઓમાં છારી બાઝતાં (એથેરોસ્કલેરોસિસ) કે મગજમાંથી પાછા ફરતા લોહીમાં એમ્બોલસ (ગઠઠો) બનીને એ બારીક ધમનીઓમાં જતાં ઈસ્કેમિક સ્ટ્રોક આવે છે.

લોહીનું દબાણ (બીપી) બેકાબૂ થતાં કે રકતવાહિનીઓની દીવાલના નબળા સ્થાનેથી લોહી ટપકતાં કે રકતવાહિની ફાટી જતાં હેમરેજિક સ્ટ્રોક આવે છે.

સ્ટ્રોક એ મગજના હેમરેજને લીધે પણ થઈ શકે. મગજની અંદરની લોહીની નળીમાંથી લોહી વહે ત્યારે પણ થાય છે. લોહીની નળીઓમાં 'લીકેજ' થવાથી ચેતાકીય પેશીઓ દબાય છે અને ઘાતક નુકશાન થાય છે. કુલ મુત્યુમાંના ૧૦% મુત્યુ સ્ટ્રોકને લીધે થાય છે. સ્ટ્રોકનો હુમલો આવ્યા પછી ૩૦% એ પહેલા મહિનામાં જ મુત્યુ પામે છે અને જે જીવી જાય છે તેને કાયમી વિકલાંગતા આવે છે. દર વષR ૬000000 વ્યકિતઓ સ્ટ્રોકનો અનુભવ કરે છે. તેમાંથી ૫ મિલિયન જેટલા લોકો મજજાકીય રીતે વિકલાંગ બને છે.

સ્ટ્રોકના કેટલાક લક્ષણો છે જેમકે એકાએકની અસંવેદનશીલતા આવવી અથવા તો ચહેરો, હાથ, પગ કે શરીરના એક ભાગમાં નબળાઈ આવવી, બોલવામાં ગૂચવાડો થયો, સમતુલન ગુમાવવું, આંખોમાં તકલીફ થવી, માથું દુખવું વગેરે.

૪.૩ સ્ટ્રોકના પરિણામો :

સ્ટ્રોક એ વ્યકિતના જીવનના બધાં જ પાસાંને અસર કરે છે. વ્યકિતગત, સામાજિક, વ્યાવસાયિક અને શારીરિક પાસાંને તે અસર કરે છે.મોટેભાગે નિવૃતિની વયે સ્ટ્રોક આવે છે. આમ છતાં કોઈવાર યુવાનોને પણ સ્ટ્રોકનો હુમલો આવી શકે છે. આ હુમલા પછી મોટાભાગના લોકો કાર્ય કરવા માટે અશકિતમાન બને છે.

૧. કારક સમસ્યાઓ :

સ્ટ્રોકને લીધે કારક સમસ્યાઓ ઉભી થાય છે. શરીરની ડાબી બાજુ એ જમણા ભાગમાં નિયંત્રણમાં આવે છે અને જમણી બાજુ એ મગજના ડાબા ભાગના નિયંત્રણમાં આવે છે. આથી જમણા અંગને લકવો થાય તો તેનું કારણ ડાબા મગજની હાનિ છે. દદી માટે હાથ અને પગનું હલનચલન શકય નથી. દરેક કાર્ય માટે બીજાની મદદ લવી પડે છે.

૨. બોધાત્મક સમસ્યાઓ :

બોધાત્મક સમસ્યાઓ સ્ટ્રોકમાં ઉભી થાય છે. વાતચીત કરવાની વિકૃતિઓ ઉભી થાય છે. જેમકે એફાશીયા, જેમાં બીજાને સમજવાની અને પોતાની જાતને રજૂ કરવાની મુશ્કેલી ઉભી થા છે.

ડાભા મગજને ઈજા થવાથી બોધાત્મક ખલેલો ઉભા થાય છે.જેમાં દેખીતો બુધ્ધિનો ઘટાડો અને નવા કાર્યો શીખવામાં મુશ્કેલી નડે છે. ટૂંકાગાળાની સ્મૃતિમાં મુશ્કેલી પડે છે. આનું કારણ ડાબામગજમાં ઈજા છે.

જમણા મગજને નુકશાન થવાથી દશ્ય કાર્યમાં મુશ્કેલી પડે છે. અહીં એવું પણ જોવા મળે કે દદી પોતાની એક બાજુની દાઢીનું સૈીવંગ કરે અથવા તો અડધા ચહેરા પર મેક–અપ કરે, જમણી બાજુ ખોરાક હોય તે જ ખાય અને ડાબી બાજુના ખોરાકને ન ખાય. ઘડિયાળ જોવાનું, ફોન કરવાનું કે શારીરિક પરિવર્તન કરવાનું તેને ગમશે નહીં.

જોકે કેટલાક સ્ટ્રોકના દદીઓ તેમજ નુકસાનની બાબતમાં સારો ખ્યાલ ધરાવે છે પરંતુ તેઓ તેમના માપનમાં અચોકકસ હોય છે.

૩. આવેગકીય સમસ્યાઓ :

સ્ટ્રોકમાં આવેગકીય સમસ્યાઓ પણ જોવા મળે છે જેમકે ડાબા મગજને નુકશાન થયું હોય તો વ્યકિત વ્યગ્રતા અને ખિન્નતા અનુભવે છે. જયારે જમણા મગજને નુકશાન થયું હોય તો દદી તેમની સ્થિતિ પ્રત્યે અલગ થઈ શકે છે. આ આવેગકીય પ્રતિભાવના તફાવતો એ મજજાકીય નુકશાનને લીધે થતાં હોય છે. જમણા મગજમાં નુકશાનવાળા દદીઓને એપ્રોસોડીયા થયો હોય છે. આ એક મગજની વિકૃતિ છે. જેમાં આવેગના અર્થઘટનમાં તકલીફ પડે છે.

ખિન્નતા એ સ્ટ્રોકના દદીઓ માટે ગંભીર સમસ્યા છે. આમ છતાં તેની માત્રા એ સ્ટ્રોક અને તેની તીવ્રતા ઉપર આભાર રાખે છે. ખિન્નતા એ સ્ટ્રોકના દદીની સંભાળ રાખનાર છે કે નહીં તેના ઉપર આધાર રાખે છે. આ ઉપરાંત સહાયકર્તાએ સહાય આપવાની પરિસ્થિતિને નિષેધક રીતે જુએ તો પણ તેની અસર થાય છે. જેમકે લકવાના દદીના ઘરના માને કે અમારે આ મુસીબત આવી ગઈ છે જે દદીને ખરાબ પરિસ્થિતિમાં મૂકે છે. તેની ખિન્નતા વધે છે.

૪. સંબંધોની સમસ્યાઓ :

સ્ટ્રોકના દદીઓને સામાજિક સંબંધોની સમસ્યાઓ નડે છે. તે બરાબર વાતચીત કરી શકતો નથી. બોધાત્મક વિકલાંગતાને લીધે સ્મતિ જતી રહે છે. સામાજિક ખલેલ ઉભો થાય છે. જેમકે અયોગ્ય ભાવ દશાવવો, સ્મતિભ્રંશ જે નાના સ્ટ્રોકને લીધે ઉદભવે છે. તેમાંથી અલ્ઝાઈમર જેવા લક્ષણો પેદા થાય છે. સ્ટ્રોકના દદીઓને લાગે છે કે તેમને ટાળવામાં આવે છે અને તેમની ઉપેક્ષા કરવામાં આવે છે.

૪.૪ પુનવર્સન દરમિયાનગીરીઓના પ્રકારો :

સ્ટ્રોકના દદીઓને પુનવર્સનનો પ્રશ્ન હોય છે. આ અંગે ચાર અભિગમો છે. જેમાં ખિન્નતાના ઉપચારનો સમાવેશ થાય છે. બોધાત્મક ઉપચાર તાલીમ જેમાં બૌધ્ધિક કાયોના પુનઃસંગ્રહ કરાય છે. વિશિષ્ટ કૌશલ્ય વિકાસની તાલીમ અને સ્ટ્રોકના દદીઓને પડકાર ફેંકવામાં સંરચિત ઉદીપનાત્મક વાતાવરણનો ઉપયોગ કરાય છે. જોકે કેટલાક દદીઓ માટે વ્યકિતગત સલાહ પધ્ધતિઓને અપનાવાય છે. આમ છતાં જુથ ઉપચાર એ વધુ સામાન્ય છે.

ઔષધિ :

સ્ટ્રોકની દવા તરીકે ખાસ કરીને ખિન્નતા માટે ખિન્નતા વિરોધી દવાઓ અપાય છે. બોસ્ટનની વિમેન્ટ હોસ્પિટલ દવારા ૪૦,૦૦૦ સ્ત્રીઓ ઉપર એસ્પિરિનના પરીક્ષણો કરી નોંધ્યું કે નિયમિત એસ્પિરિન લેતી સ્ત્રીઓમાં સ્ટ્રોકની શકયતા ઘટી જાય છે. દરરોજ ૧૦૦ મિ.ગ્રા એસ્પિરિનો'ડોઝ' સ્ટ્રોકના હુમલાની શકયતાઓમાં ૨૪% નો ઘટાડો કરે છે.ઘણા કિસ્સાઓમાં દદીઓ દવા લઈ શકતા નથી કારણ કે તેમને બીજી તબીબી તકલીફો પણ હોય છે. પરિણામ સ્વરૂપે સ્ટ્રોકના દરમિયાનગીરીઓને કેટલાક ધ્યેયો હોય છે, જેમકે સ્ટ્રોકના દદીઓને એવું લાગુ પડતું હોય છે કે તે બરાબર કામ કરી રહયો છે પરંતુ તેનું કામ બરાબર હોતું નથી. સ્ટ્રોકના દદીને આવી માહિતી આપવી તે તેને નાહિંમત કરવા જેવું છે. આથી સ્ટ્રોકના દદીઓને સમજાવવા જોઈએ કે આ ખામીઓ સુધારી શકે તેમ છે.

ગોર્ડોન અને અન્ય (૧૯૮૩) જમણા મગજને નુકશાન થયા હોય તેવા સ્ટ્રોકના દદીઓને મદદ કરવા માટે વિવિધ ટેકિનકનો ઉપયોગ કયો છે. એક પધ્ધતિમાં દદીની સામે નાણાં વેરવામાં આવે છે અને તેને કહેવાય છે કે તમે બધાં નાણાં લઈ લો. જમણા મગજમાં નુકશાન થયું હોય તેવા દદીઓ જમણી બાજુના પૈસા લઈ લે છે. તેમને

ડાબી બાજુના પેસાની ખબર હોતી નથી. પછી તેને ઈજા થયેલી બાજુએ ફરવાનું કહેવાય છે ત્યારબાદ તે બાકી રહેલાં નાણાં જુએ છે અને તેને લઈ લે છે.

સ્કેનિંગ મશીનની મદદ :

સ્કેનિંગ મશીન આ પ્રક્રિયાને સુધારી શકે. દદીઓને પહેલા ગતિશીલ ઉદીપકને આંખો દવારા અનુસરવાનું કહેવાય છે. જયારે ઉદીપક એ ડાબી બાજુએ જાય છે ત્યારે જમણા મગજના નુકશાનવાળા દદીને તે દેખાતું નથી. જો માથું ફેરવે તો જ દેખાય. સ્ટ્રોકના દદીઓ તેમની ગુમાવેલી શકિત પુનઃ મેળવી શકે છે.

બોધાત્મક ઉપચાર :

બોધાત્મક ઉપચાર એ ધીમી પ્રક્રિયા છે. એમાં ઘણા પ્રયત્નો કરવાં પડે છે. કૌશલ્ય અને પુનઃ તાલિમ એ ક્રમવાર થવી જોઈએ. જેમાં શરૂમાં સરળ પ્રશ્નોથી વધારે મુશ્કેલ પ્રશ્નોતરફ જવાનું હોય છે. આમાં બધે જ પ્રેકિટસ કે મહાવરો જાઈએ.

૪.૫ ઉપસંહાર :

આમ, સ્ટ્રોક એ એક પ્રકારનો મસ્તિષ્ક હુમલો જ છે. જે મુત્યુ તરફ દોરી જતાં ચાર કારણોમાંનું એક કારણ છે. સ્ટ્રોકમાં બોલવાની મુશ્કેલી, સમજવાની મુશ્કેલી જેવા ચિહનો છે. સ્ટ્રોક એ મગજમાં જતાં લોહીના પ્રવાહમાં ખલેલ ઉભી થવાથી સ્ટ્રોકનો હુમલો થાય છે. સ્ટ્રોક એ વ્યકિતના જીવનના બધાં જ પાસાંને અસર કરે છે.

પ્ર. ૫. સાઈલન્ટ સ્ટ્રોક અને બ્રેઈન સ્ટ્રોક નો અર્થ આપી તેનાં લક્ષણો જણાવી સ્ટ્રોકથી બચવાની અસરકારક રીતો સમજાવો.

૫.૧ પ્રસ્તાવના :

સ્ટ્રોકએ મૃત્યુનાં કારણોમાં રદયરોગ બાદ બીજા ક્રમે આવે છે. માઈલ્ડ સ્ટ્રોક (પક્ષઘાત) ને સામાન્ય રીતે સાઈલન્ટ સ્ટ્રોકના નામે ઓળખવામાં આવે છે. ઘણીવાર આવા સાઈલન્ટ સ્ટ્રોકને ગંભીરતાથી લેવામાં આવતો નથી. પરંતુ નિષ્ણાતો ભલામણ

કરતા કહે છે કે, સાઈલન્ટ સ્ટ્રોક સામે આંખ આડા કાન ન કરવા જોઈએ. કેમ કે, આવો સાઈલન્ટ સ્ટ્રોક પાર્કિન્સન્સ બીમારીનું કારણ બની શકે છે.

ઘણીવાર એવું જોવામાં આવ્યું છે કે કેટલાક લોકો જે દેખાવમાં એકદમ સ્વસ્થ અને તંદુરસ્ત લાગતા હોય છે પરંતુ તેઓ હકીકતમાં સાઈલન્ટ સ્ટ્રોકનો શિકાર બનતા હોય છે. મહિલાઓમાં સ્ટ્રોકનું પ્રમાણ પુરુષોની સરખામણીએ વધારે છે. આ ઉપરાંત તે મહિલાઓ માટે વધુ ઘાતક નીવડે છે. આથી જ વૈશ્વિક સ્તરે મહિલાઓમાં સ્ટ્રોક અંગે જાગૃતિ કેળવવા માટે આ વર્ષથી અભિયાનનો આરંભ કરવામાં આવ્યો છે.

૫.૨ સાઈલન્ટ સ્ટ્રોકઃ

સ્ટ્રોક એક એવી સ્થિતિ છે જયારે મગજની કોઈ નસમાં લોહીના પુરવઠાનો સપ્લાય રોકાઈ જાય છે, થોડીવાર માટે સપ્લાય રોકાઈ જવાની સ્થિતિને નિષ્ણાત તબીબો સાઈલન્ટ સ્ટ્રોક કહે છે. સામાન્ય રીતે આનો શિકાર બનતા મોટાભાગના લોકોને તેની પણ જાણ થતી નતી.

૫.૨.૧ સાઈલન્ટ સ્ટ્રોકના લક્ષણો :

ચહેરો અચાનક નબળો પડે, હાથ નિષ્ક્રિય થવા માંડે, બોલવાનું અસંબધ્ધ થઈ જાય અને મોંનો ખૂણો નમી પડે એ સ્ટ્રોક તત્કાળ ત્રાટકી રહયો હોવાનાં લક્ષણો છે.

આ ઉપરાંત સંભવિત લક્ષણો નીચે મુજબ છે.

– સ્વાદ, ગંધ, દશ્યનો અનુભવ બદલાઈ જાય.

– આંખનાં પોપચાં ઢળી પડે.

– શરીરની પ્રતિક્રિયાઓ ધીમી પડે.

– સંતુલન જાળવવામાં મુશ્કેલી.

– શ્વાસોશ્વાસ અને રદયના ધબકારા બદલાય.

– યાદદાસ્તમાં મુશ્કેલી, વિચારો અવળસવળ અને એમાં ગૂંચવણ.

– ચાલવબની ઢબમાં ફેરફાર.

– હેમરેજિક સ્ટ્રોકમાં દરદી બેભાન થઈ જાય છે કે એના માથામાં દુઃખાવો થાય છે અને ઉલટી પણ થાય છે.

– સાઈલન્ટ (મૂક) સ્ટ્રોકનું કોઈ લક્ષણ નથી દેખાતું, પણ છતાં મગજના કોષોને નુકશાન કરી શકે છે. ઉપરાંત કેટલાક કેસમાં વ્યકિતત્વમાં ફેરફાર થવો, અકારણ હસી પડવું કે રડવું,ગુસ્સે થઈ જવું, અપશબ્દો બોલવા, યાદશકિતમાં ઘટાડો થવો, એકાગ્રતા ન રહેવી, અનિંદ્રા જેવાં લક્ષણો જોવા મળે છે.

૫.૨.૨ બ્રેઈન સ્ટ્રોકનાં લક્ષણો :

– આંખે અંધારાં આવવા.

– આંખનાં પોપચાં ઢળી પડવાં.

– શરીરનું સંતુલન જાળવવામાં તકલીફ થવી.

– હાથમાં અને પગમાં ખાલી ચડવી.

– ચાલવામાં લથડિયાં આવવા.

– મોં જરા વાંકું થઈ જવું.

– મોંમાંથી લાળ પડવી.

– બોલવામાં તકલીફ થવી.

– શ્વાસમાં અનિયીમતતા જોવા મળવી.

– યાદશકિત નબળી પડી જવી.

– માથામાં સતત દુખાવો થવો.

– ઉલટી થવી.

૫.૨.૩ સ્ટ્રોક થવાનાં સામાન્ય કારણો :

– હાઈ બ્લડપ્રેશર

– કોલેસ્ટ્રેરોલ

– આનુવંશિકતા

– ડાયાબિટીશ

– મેદસ્થિતા

– સ્ટ્રેસ

– ધૂમ્રપાન

– જીવનશૈલી

૫.૨.૪ સ્ટ્રોક થવાનાં અસામાન્ય કારણો :

– મગજમાં ટીબી હોવો.

– વાલની બીમરી થવી.

– એચઆઈવી હોવો.

– લોહી જાડું થઈ જવું.

૫.૩ ધ્યાનમાં રાખવાની બાબતો :

– જો મોં અને હાથ–પગમાં એક કે બન્ને તરફ નબળાઈ લાગે, બોલવામાં તકલીફ જણાય, અવાજમાં ફેર પડી જાય, જીભ તોતડાય તો તાત્કાલિક ન્યૂરોફિઝીશીયનનો સંપર્ક કરવો.

– ખોરાકમાં મીઠાનું પ્રમાણ ઘટાડવું.

– બ્લડપ્રેશર કે ડાયાબિટીસ કે કોલેસ્ટેરોલની બિમારી હોય તો દવાઓ નિયમિત લેવી.

–રદયના ધબકારાને લગતી બિમારી હોય તો સ્ટ્રોકનું જોખમ વધારે છે તેથી સારવાર લેવી.

–ખોરાકમાં ફળો, શાકભાજી લેવાં. બેકરીની વાનગીઓ, તળેલી વસ્તુઓ, દારૂ કે સિગારેટ ન લેવાં.

૫.૪ કેવી રીતે બચાવી શકાય ?

ચાલવું,ખોરાક પર નિયંત્રણ, યોગ અને નિયમિત તબીબી તપાસ સ્ટ્રોક ટાળવા અસરકારક છે. એમાં જોગિંગ અને જીમિંગને બહુ ઓછું મહત્વ અપાયું છે. સ્ટ્રોકની તત્કાલ સારવારમાં સફળતા મળવાથી જોખમ ટળી જાય છે. પરંતુ તેના સ્નાયુઓ ફરીથી સક્ષમ બનાવવા ફિઝિયોથેરાપીની જરૂર રહે છે.

સ્ટ્રોક એટલે કે આઘાતના કુલ દર્દીઓ ની સંખ્યામાં હવે યુવાઓની સંખ્યા વધી રહી છે. એક નવા સંશોધનમાં જાણવા મળ્યું છે કે આઘાતનો શિકાર બનેલી દર ૫ માંથી એક વ્યકિત ૫૫ વર્ષની ઉંમરથી ઓછી છે. આ સંશોધન અમેરિકાના એક વિસ્તારમાં ૧૩ લાખ લોકો પર કરવામાં આવ્યું. તેમાં જાણવા મળ્યું કે વર્ષ ૨૦૦૫ માં આઘાતનો સામનો કરનારા લોકોમાં આ ઉંમરના જૂથના કુલ ૧૯ ટકા લોકો હતા. આ પ્રમાણ ૧૯૯૩ ના ૧૩ % કરતાં ઘણું વધુ છે.

ઓહિયોની સિનસિનાટી યુનિવર્સિટીની કોલેજ ઓફ મેડિસિનના સંશોધક બ્રેટ કિસ્સેલાએ આ અભ્યાસ કર્યો હતો. યુવાનોમાં સ્ટ્રોકનું મુખ્ય કારણ ડાયાબિટીસ, સ્થૂળતા અને વધુ કોલેસ્ટેરોલની સમસ્યા સ્ટ્રોકનું જોખમ વધારે છે. સ્ટ્રોક બાદ ૫૦ % દર્દી માનસિક બીમારીનો ભોગ બને છે.

સ્ટ્રોકમાં બ્રેઈન સ્ટ્રોકનાં લક્ષણોનો પણ સમાવેશ થાય છે. ભારતમાં બ્રેઈન સ્ટ્રોકનું સ્થાન ત્રીજું છે. ૧૫% સ્ટ્રોકના દર્દીને એક વર્ષની અંદર બીજીવખત સ્ટ્રોક આવવાનો ભય રહેલો છે.

ભારતમાં કરવામાં આવેલા એક સર્વેમાં જાણવા મળ્યું કે બ્રેઈન સ્ટ્રોકનાં લક્ષણોની જાણ ફકત ૬ % લોકોને જ હતી.

૫.૫ સ્ટ્રોકથી બચવા આટલું કરવું :

– હાઈ બ્લડપ્રશેરને કન્ટ્રોલમાં રાખવી.

– સુગરનું લેવલ જાળવી રાખવું.

– જીવનશૈલીમાં પરિવર્તન લાવવું.

– તણાવમાંથી મુકત રહેવું.

– તીખો, તળેલો આહાર ન લેવો.

– મેદસ્થિરતા દૂર કરવી.

– ધૂમ્રપાનનું સેવન ન કરવું.

આધુનિક સમયમાં રદયરોગ, કેન્સર,એઈડસ કે લોહીનું વધતું ઓછું દબાણ (બીપી) વગેરે તકલીફોની જેટલી ચર્ચા કરવામાં આવે છે એની સરખામણીએ બ્રેઈન સ્ટ્રોક અંગે કરવામાં આવતી નથી. પરિણામે સ્ટ્રોક શું છે? તે કેટલો ગંભીર છે એના વિશે લોકોમાં એટલી જાગૃતિ આવી નથી. ભારતમાં સ્ટ્રોકનું પ્રમાણ દિવસે દિવસે વધી રહયું છે. તેના લીધે વ્યકિત લકવાગ્રસ્ત થઈ જાય છે. જો સ્ટ્રોક સિવિયર હોય તો દર્દીનું મૃત્યુ પણ થઈ શકે છે. બ્રેઈન સ્ટ્રોક આવવા પાછળ અનેક કારણોને જવાબદાર માનવામાં આવે છે. ડોકટરનું માનવું છે કે હાઈ બ્લડપ્રેશરના દર્દીમાં સ્ટ્રોક આવવાની શકયતા અન્ય બીમારી ધરાવતા દર્દીઓની સરખામણીએ સૌથી વધારે છે.

તો આજે સ્ટ્રોક કઈ રીતે આવતો હશે એ અંગે જાણીને જાગૃત થઈએ. મગજને મળતા લોહીના પુરવઠામાં વિક્ષેપ આવવાથી અથવા તો લોહીની નળીઓમાં લોહી ગંઠાવવાથી લોહીનું પરિભ્રમણ અટકી જાય છે. તેના લીધે વ્યકિતને સ્ટ્રોકનો એટેક આવે છે. મગજમાં જે બાજુના ભાગમાં લોહી ગંઠાઈ જાય છે તેની વિરુધ્ધ બાજુના ભાગના અંગો લકવાગ્રસત થઈ જાય છે. અકસ્માત કે અન્ય કોઈ કારણને લીધે મગજમાં લોહીની નળી ફાટી જાય તેને પણ બ્રેઈન સટ્રોક કહેવામાં આવે છે.સ્ટ્રોક આવતાં પહેલાં સ્ટ્રોકનાં લક્ષણો જે તે વ્યકિતમાં અચૂક જોવા મળે છે. ૧૦૦ માંથી એકાદ ટકા કિસ્સામાં જ સ્ટ્રોક અચાનક આવતો હોય છે. સ્ટ્રોક આવવાનો હોય તે

પહેલાં તેનાં લક્ષણો જેવા દેખાય એ સાથે જ દર્દીને સીધો ન્યુરોલોજિસ્ટ પાસે લઈ જવો જોઈએ. પરિણામે મેજર સ્ટ્રોકને આવતો અટકાવી શકાય. એટલું જ નહીં દર્દીને આજીવન લકવાગ્રસ્ત થતો પણ રોકી શકાય છે. સ્ટ્રોક તબીબી કટોકટી છે તેથી દર્દીને ઝડપથી સારવાર મળવી જરૂરી છે. નહીંતર બ્રેઈન સ્ટ્રોકને લીધે દર્દીને અન્ય ન્યુરોલોજિકલ નુકસાન પણ થઈ શકે છે.

ન્યુરોસર્જન ડો. કલ્પેશ શાહના મતે સ્ટ્રોકનાં લક્ષણ જોવા મળે એ સાથે જ દર્દીને તાત્કાલિક સારવાર મળી જાય તો બ્રેઈન સ્ટ્રોકને આવતો જ અટકાવી શકાય છે. જેમ રદયની એન્જયોગ્રાફી કરવામાં આવે છે એ રીતે હવે મગજની પણ એન્જયોગ્રાફી થાય છે. એ દવારા મગજમાં કેટલી નળીઓ બ્લોક છે એ જાણી શકાય છે. આ ઉપરાંત ગળાની અને મગજની લોહીની નળીમાં રકતસ્ત્રાવનું પ્રમાણ કેટલું છે એ જાણવા માટે કેરોટિક અને ટ્રેન્સક્રેનિયલ ડોપ્લર કરવામાં આવે છે. આ પધ્ધતિ સોનોગ્રાફીનો એક પ્રકાર છે. જે કોઈ પણ પ્રકારનું ઈન્જેકશન આપ્યા વગર થાય છે.

આ તો વાત થઈ સ્ટ્રોકને આવતો અટકાવવાની, પણ કોઈ વ્યકિતને સ્ટ્રોકનો એટેક આવી જાય તો શું કરવું ? તો સ્ટ્રોકનો એટેક આવ્યા બાદ દર્દીને સામાન્ય ડોકટર પાસે લઈ જવાને જે હોસ્પિટલમાં સીટી સ્કેન, એન્જયોગ્રાફી થતી હોય અને ન્યુરોફિઝિશિયનની સગવડ હોય ત્યાં લઈ જવી જોઈએ. જો દર્દીને ચારથી સાડા ચાર કલાકની અંદર આ પ્રકારની હોસ્પિટલમાં લઈ જવામાં આવે તો સીટી સ્કેન દવારા મગજમાં કઈ જગ્યાએ બ્લોક છે એ જાણીને થોમ્બોલિસિસ થેરાપી આપવામાં આવે છે. આ થેરાપી દવારા દર્દીની રિકવરી ઝડપથી આવે છે અને તેને આજીવન લકવાગ્રસ્ત થતી અટકાવી શકાય છે.

કેરોટિક અને ટ્રેન્સક્રેનિયલ ડોપ્લર દવરા દર્દીના મગજમાં લોહીનીનળીનું ગુંચળું વળી ગયું હોય અથવા મગજમાં કોઈ ભાગમાં સોજો આવ્યો હોય કે પછી કોઈ

પ્રકારનું દબાણ થતું હોય તો જાણી શકાય છે. આવા સંજોગોમાં દર્દીનું ઓપરેશન કરવાની જરૂર પડે છે. ઓપરેશન દવારા દર્દીનું જીવન બચાવી શકાય છે અને તેને લકવાગ્રસ્ત થતી પણ રોકી શકાય છે.

પહેલાં કોઈ વ્યકિતને બ્રેઈન સ્ટ્રોક થયો હોય તો તેને આજીવન લકવાગ્રસ્ત જીવન જીવવું પડતું હતું. એમાંય પરિવાર જો તેના ઉપર નભતો હોય તો તે આખા પરિવારની સ્થિતિ કથળી જતી હતી. સમયમાં પરિવર્તન આવતાંની સાથે સારવારમાં પણ આધુનિકીકરણ આવ્યું છે. એના પરિણામે સ્ટ્રોકમાં સપોર્ટિવ ટ્રીટમેન્ટ આપવામાં આવે છે. જે દવારા દર્દી પહેલાંની જેમ સામાન્ય જીવન જીવી શકે છે. તે ફરી પરિવારની જવાબદારી ઉપાડવા આર્થિક રીતે પગભર થઈ શકે છે.

સ્ટ્રોક અંગે લોકોમાં જાગૃતિનો અભાવ હોવાને કારણે આપણામાંના મોટાભાગના લોકો સ્ટ્રોકનાં લક્ષણો દેખાય જેમ કે હાથ–પગમાં ખાલી ચડી જતી હોય, શરીરનું સમતુલન ગુમાવવું વગેરે જેવી તકલીફ પડે ત્યારે એવું જ વિચારે છે કે, ‘આ તો થાકને લીધે છે.’ ‘આરામ કરીશ એટલે સારું થઈ જશે.’ ‘શરીરમાં લોહી નહીં પહોંચવાને લીધે ખાલી ચડી હશે.’ ‘થોડી કસરત કરીશ એટલે સારું થઈ જશે.’ વગેરે વગેરે વિચાર કરીને હોસ્પિટલમાં જવાનું ટાળે છે. પરિણામે તે બ્રેઈન સ્ટ્રોકનો ભોગ બની જાય છે. એક વખત સ્ટ્રોક આવ્યા બાદ તેની સારવાર શકય છે પણ તેમાંથી સાજા થતાં ઘણીવાર લાગે છે.

આજથી એકાદ દાયકા પહેલાં બ્રેઈન સ્ટ્રોક સામાન્ય રીતે પચાસની ઉંમર વટાવી ચૂકેલા લોકોને જ થતો હતો. હવે તો યુવાનો પણ તેનો ભોગ બની રહયા છે. એમાંય ઠંડીની સિઝનામાં તો તેનું પ્રમાણ વધી જાય છે કારણ કે શિયાળામાં ઠંડીને લીધે લોહીની નળીઓ સંકોચાઈ જાય છે નળી સંકોચાવાને લીધે જે જગ્યાએ નળી પહેલેથી થોડી બ્લોક હોય ત્યાં વધુ બ્લોક થઈ જાય છે અને લોહીનું પરિભ્રમણ અટકી જાય છે.

સ્ટ્રોકમાંથી મુકિત મેળવવા થોડા સજાગ થવાની જરૂર છે. અને લાઈફસ્ટાઈલમાં પરિવર્તન લાવવાની જરૂર છે. લાઈફસ્ટાઈલમાં ફેરફાર કરવાથી બ્લડપ્રેશર, સ્ટ્રેસ વગેરે પર કંન્ટ્રોલ કરી શકીશું પરિણામે સ્ટ્રોકને આવતો અટકાવી શકાશે.

પ્ર. ૬. ડાયાબિટીસને સમજાવી ડાયાબિટીસના પ્રકારો સ્વાસ્થ્ય સૂચિતાર્થો, સ્વ–સંચાલનની સમસ્યાઓ અને દરમિયાનગીરીઓ સમજાવો.

૬.૧ પ્રસ્તાવના :

ડાયાબિટીસ ભારતનો મુખ્ય રોગ બની ગયો છે. ઈ.સ. પૂર્વે ૧૫૦૦ વર્ષ પહેલાંના ગ્રંથોમાં મધુપ્રમેહના એક ખાસ લક્ષણ–અતિશય થતા પેશાબની દવા લખેલી મળી આવે છે. પ્રાચીન હિંદુ વૈદકશાસ્ત્રે આયુર્વેદમાં વીસ જાતના મધુપ્રમેહનાં વર્ણનો કર્યો છે. ચરકસંહિતા અને સુશ્રુતસંહિતા બંનેમાં ડાયાબિટીસ મેલિટસનું લગભગ સંપૂર્ણ ચિત્ર દોરેલું છે. મીઠો પેશાબ, નબળાઈ, શરીર સંકાવું, ગડગૂમડ, પાઠું, સુસ્તી વગેરે મધુપ્રમેહનાં લક્ષણો ઓળખાવ્યાં છે.મેદવાળા મધુપ્રમેહીઓને ઓછો ખોરાક આપવામાં આવતો. આયુર્વેદમાં મધુપ્રમેહની સારવારમાં કસરતનું મહત્વ બતાવ્યું છે. ઈ.સ. ૩૦૦ના જાપાન અને ચીનના વૈદકીય ગ્રંથોમાં પણ અતિ તરસ, અતિશય અને મીઠોપેશાબ વગેરે ડાયાબિટીસનાં ચિહનો વર્ણવેલાં છે.બાઈબલના ઈતિહાસમાં ડાયાબિટીસને ગંભીર દર્દ તરીકે સ્વીકાર્યુ છે. હિપોક્રેટીઝના શિષ્ય આરેટિયસે આ દર્દનું નામ ડાયાબિટીસ મેલિટસ આપ્યું હતું. ડો. વિલિસ નામના અંગ્રેજે ૧૬૭૫ માં 'પેશાબમાં મધ' જેવો પદાર્થ એ રીતે તેનું પહેલ વહેલું વર્ણન કર્યુ હતું ઈ.સ. ૧૭૭૫ માં મો. ડોબસને પેશાબમાં સાકર અને લોહીમાં મીઠાસ પ્રદર્શિત કર્યા હતા. ૧૭૭૮માં ડો.થોમસ કોલેએ ડાયાબિટીસને લીધે થયેલી વિકટ પરિસ્થિતિ અને મરતા એક

માણસના પેન્ક્રિયાસમાં થતા ફેરફારો વર્ણવ્યા હતા. ૧૭૯૬માં ડો. રોલોએ પહેલ વહેલાં આ રોગની સારવારમાં તાજા લીલાં શાકભાજી અને માંસ લેવાનું સૂચવ્યું હતું.

દર ૪ માણસોએ ૧ ડાયાબિટીસનો દર્દી હોય છે. બેઠાડું જીવન, ચિંતા, દોડધામ અન આનુવંશિક પરિબળો ડાયાબિટીસ પેદા કરે છે. ડાયાબિટીસ એટલે શું ?

ડાયાબિટીસ :

ડાયાબિટીસ એ દીર્ઘકાલીન માંદગી છે અને મુત્યુનું અગ્રગણ્ય કારણ છે. લગભગ ૬% જેટલા અમેરિકનોને ડાયાબિટીસ છે. એટલે કે ૧૫૭ મિલિયન વ્યકિતઓને ડાયાબિટીસ છે. ડાયાબિટીસનો ખચો યુનાઈટેડ સ્ટેટસને લગભગ ૯૮ બિલિયન ડોલર્સ વાર્ષિક રીતે ખર્ચ થાય છે. તેમાં તબીબી ખર્ચા, આડકતરા ખર્ચા જે અરકિત અને કાર્ય નુકશાનને લીધે થયા હોય નેનો પણ સમાવેશ થાય છે.

વિશ્વને છેલ્લા ૪૦ વર્ષથી ડાયાબિટીસ ખૂબ પજવે છે. દર વર્ષ લગભગ ૧,૯૫,૦૦૦ જેટલા લોકો ડાયાબિટીસથી મૃત્યુ પામે છે. ડાયાબિટીસના લીધે બીજા રોગો પણ થાય છે. જેમકે ૨૮,૦૦૦ જેટલા લોકોમાં અંધાપો આવે છે. ૫૬,૦૦૦ જેટલા કિસ્સામાં ડાયાબિટીસકારણભુત હોય છે. દર વષે તેમાં ૭%નો વધારો થાય છે. ભારતમાં ડાયાબિટીસની સંખ્યા હાલમાં ૨ કરોડની છે જે ૨૦૨૫ની સાલમાં વધીને ૫.૫ કરોડની થઈ જશે. દુનીયામાં ડાયાબિટીસના ૪ દદીઓમાંથી એક દદી ભારતનો છે. આપણે સૌ ભારતીયો એમાંય ખાસ કરીને ગુજરાતીઓ જીન્સની દષ્ટિ એ ડાયાબિટીસ થાય તેવા જીન્સ ધરાવીએ છીએ.

૬.૨ ડાયાબિટીસના પ્રકાર :

ડાયાબિટીસના બે પ્રકાર છે.

(૧) ટાઈપ–1 ડાયાબિટીસ અને

(૨) ટાઈપ– 2 ડાયાબિટીસ

(૧) ટાઈપ–1 ડાયાબિટીસ

ટાઈપ–1 ડાયાબિટીસને ઈન્સ્યુલીન આધારીત કે બાલ્યકાળનો ડાયાબિટીસ કહે છે. જેમાં પેનક્રિયાસમાંથી ઈન્સ્યુલીન બનાવતા કોષો નાશ પામ્યા હોય છે અને ઈન્સ્યુલીન ઓછું બનતું હોય છે. આ પ્રકારના ડાયાબિટીસ સામાન્ય રીતે ૨૦ વષથી નીચેના બાળકોમાં જોવા મળે છે અને તેમાં ઈન્સ્યુલીનના ઈન્જેકશનો લેવા પડે છે.

(૨) ટાઈપ– 2 ડાયાબિટીસ

ટાઈપ– 2 ડાયાબિટીસમાં સામાનય રીતે પેનક્રિયાસમાંથી ઈન્સ્યુલીન બનતું હોય છે. પરંતુ તે ઈન્સ્યુલીન કાંતો ઓછું બને છે અથવા તેની કાયR કરવાની ક્ષમતા ઘટી જતી હોય છે. આ પ્રકારનો ડાયાબિટીસ સામાનય રીતે ૨૫ વષથી મોટી ઉંમરની વ્યકિતઓમાં વધુ પ્રમાણમાં જોવા મળે છે. મોટેભાગે ૪૦ વષની ઉંમરે થાય છે. આ ઉપરાંત સગભાRવસ્થા દરમિયાન પણ ડાયાબિટીસ જોવા મળે છે. ૧૦૦માંથી ૧૦થી ૧૨ સ્ત્રીઓને સગભાRવસ્થાનું ડાયાબિટીસ જોવા મળે છે જેના કોઈ ચિહનો હોતા નથી. કેટલાક વિદવાનો તેને ત્રીજા પ્રકારનો
ડાયાબિટીસ ગણે છે. આમાંની મોટાભાગની સ્ત્રીઓને સગભાRવસ્થા પછી કામચલાઉ ધોરણોએ ડાયાબિટીસ મટી જાય છે.

૬.૩ ડાયાબિટીસ સ્વાસ્થ્ય સૂચિતાથો :

અમદાવાદની વી.એસ હોસ્પિટલના ડાયાબિટીસ અને એન્ડોકાઈનોલોજી વિભાગના વડા ડો. ભરતભાઈ બી. ત્રિવેદીના મતે ગુજરાત સહિત દેશભરમાં ડાયાબિટીસના દદીઓનો ગ્રાફ ચિંતાજનક રીતે ઉંચો જતો હોય છે. છેલ્લા ૩૧ વર્ષના સંશોધનના આધારે તેઓ જણાવે છે કે ડાયાબિટીસના છેલ્લા ‘સ્ટેજ’માં દર્દના પગની હાલત ખૂબ ગંભીર અને જોખમી તબકકામાં પહોંચી જાય છે. વી. એસ. હોસ્પિટલના રિસર્ચ ફાઉન્ડેશનના ડેપ્યુટી ડાયરેકટર ડો. ડી.સી. દવેના મતે ડાયાબિટીસમાં લોહીનું

પરિભ્રમણ ૨૦ ટકાથી પણ ઓછું થાય છે. જેથી ગેંગરીન થાય છે. ડાયાબિટીસના દદીના પગમાં ગુરુત્વાકષRણથી વિરુધ્દ લોહીનું પરિભ્રમણ ઉપરની તરફ જતું હોય છે, જેમાં વધારે તકલીફ થાય છે. રદયથી લોહી પહોંચતા અંગોમાં પગની ટચલી આંગળીરદયની સૌથી દૂર હોય છે અને તેથી પગનો સડો ત્યાં જ થાય છે. પરિણામે પગ કાપવો પડે છે.

ડાયાબિટીસ એ ખૂબ જ પજવતો રોગ છે અને તે ઓછા ઈન્સ્યુલીન સ્રાવને પેદા કરે છે. ડાયાબિટીસ ધમનીઓને જાડી થવા સાથે પણ સંકળાયેલો છે. કારણ કે લોહીમાં કચરો જમા થાય છે. આથી ડાયાબિટીસના દદીને રદયરોગનો વિશેષ સંભવ છે. આ ઉપરાંત હવાના પ્રદૂષણથી મહિલાઓમાં ટાઈપ–2 ડાયાબિટીસ થવાની વધુ સંભાવના છે.

ડાયાબિટીસના દદીને અંધાપો પણ આવે છે. દિલ્લીની 'ઓલ ઈન્ડિયા ઈન્સ્ટિટયૂટ ઓફ મેડિકલ સાયન્સ' ના વડા ડો. એસ. કે. તીવારી જણાવે છે કે ડાયાબિટીસ ના દદીઓમાં ગ્લુકોમા, મોતીયા, રેટીનોપથીની ભયાનક બીમારી પણ પગપેસારો કરતાં વાર કરતી નથી. લોહીના ઉંચા દબાણના દદીઓમાં થતી આવી બીમારીને 'હાયપર રેટીનોપથી' કહે છે. આ રોગની ભયાનકતા એટલી છે કે એકવાર અંધાપો આવી જાય પછી તેની કોઈ દવા જ નથી. આ ઉપરાંત કિડનીની નિષ્ફળતાને લીધે ૫૦% જેટલાને ડાયાલિસીસની જરૂર પડે છે. એક સંશોધન મુજબ એકલો ડાયાબિટીસ લીવરના કેન્સરનું ત્રણ ગણું જોખમ ઉભું કરી શકે છે.

ટાઈપ–1 અને ટાઈપ–2 ડાયાબિટીસ એ મનોભાર પ્રત્યે સંવેદનશીલ હોય છે. મનોભાર એ ટાઈપ–1 ડાયાબિટીસમાં જનીન ઉપર અસર કરે છે. જે લોકો ડાયાબિટીસના ઉંચા જોખમમાં હોય છે. તેઓ મનોભાર પ્રત્યે ગ્લયાયસેમીક પ્રીતભાવ દર્શાવે છે. જે લાંબાગાળાના મનોભારને લીધે રોગને જન્માવે છે. આમ મનોભાર પણ ડાયાબિટીસ માટે જવાબદાર છે.

જોકે ડાયાબિટીસની તીવ્રતામાં કઈ ચોકકસ પ્રક્રિયા જવાબદાર છે તે હજુ સુધી શોધી શકાથું નથી. ગ્લુકોઝની ચયાપચયની ક્રિયા એ મનોભારથી પ્રભાીવત થાય છે ગ્લુકોઝ કોષોને શકિત આપે છે અને ઈન્સ્યુલિન એ ગ્લુકોઝના સંગ્રહ માટે જવાબદારછે. જયારે મનોભારનો હોમોન જેમકે કોર્ટિસોલ એ હાજર હોય ત્યારે ઈન્સ્યુલીન એ ગ્લુકોઝનો સંગ્રહ કરવામાં ઓછો અસરકારક બને છે. આ પ્રીક્રયાને લીધે ઈન્સ્યુલીનનો સ્રાવ વધે છે. જયારે ઈન્સ્યુલીન વધારે હોય ત્યારે સિસ્ટોલીક બ્લડપ્રેશર અને રદયગતિનો દર વધે છે. જયારે આ બંને પ્રક્રિયાઓ સંયુકત થાય ત્યારે સ્થૂળતા પેદા થાય છે.

૧૪ અભ્યાસો મુજબ મનોભાર અને નબળાં ડાયીબટીસના નિયંત્રણને સંબંધ છે. જે દવાઓની સારવારને વળગી રહેવાના તફાવતોના કારણે થતો નથી. આ ઉપરાંત સારવારને વળગી રહેવાના પ્રયત્નો, ઈન્સ્યુલીન સારવાર, ભોજન, કસરત વગેરે મહત્વના ઘટકો છે.

રદયનલિકાના રોગમાં અને લોહીના ઉચા દબાણના રોગમાં અનુકંપી ચેતાતંત્રની પ્રતિક્રિયાત્મકતા સૂચિત થાય છે. ટાઈપ–2 ડાયાબિટીસની વિકૃતી શરીરવિજ્ઞાન સાથે સંકળાયેલી છે.

૬.૪ ડાયાબિટીસના સ્વસંચાલનની સમસ્યાઓ :

ડાયાબિટીસ ઉધઈ જેવો રોગ છે. આથી તેનું બરાબર સંચાલન થવું જરૂરી છે. ડાયાબિટીસના સફળ નિયંત્રણ માટેની ચાવી એ સ્વસંચાલન છે. ટાઈપ–2 ડાયાબિટીસ એ ઉચા જોખમવાળા વ્યકિતઓની જીવનશૈલીમાં પરિવર્તન કરવાથી સંપૂર્ણ રીતે અટકાવી શકાય છે. હવેની આદશR સારવાર એ દદી કેન્દ્રિત અને દદી નિદેશિત છે. તે તબીબ નિદેશિત નથી. કારણ કે ગ્લુકોઝના પ્રમાણનું ચુસ્ત નિયંત્રણ એ ડાયાબિટીસ વધતો જતો અટકાવે છે. આ ઉપરાંત યોગ્ય ખોરાક , વજન નિયંત્રણ , કસરત એ સ્વસંચાલન કાર્યક્રમના ચાવીરૂપ તત્વો છે.

ડાયાબિટીસમાં ખાંડ કે શર્કરાની કક્ષાને સામાન્ય કક્ષાએ રાખવામાં હોય છે. તેમાં ઈન્સ્યુલીનનું ઈંજેકશન, ભોજન નિયંત્રણ, વજન નિયંત્રણ અને કસરત ડાયાબિટીસના સંચાલનમાં ઉપયોગી છે. જયારે આવી પધ્ધતિઓ દવારા ગ્લુકોઝનું નિયંત્રણ કરાય છે ત્યારે ડાયાબિટીસ સાથે સંકળાયેલા રોગો ઉપર કાબુ મેળવી શકાય છે. જેમકે આંખના રોગ, કિડનીનો રોગ એ ૫૦% થી વધારે ઘટાડી શકાય છે.

ઘણા ડાયાબિટીસના દદીઓ તેમના સ્વાસ્થ્ય જોખમો અંગે જાગૃત હોતા નથી. સંશોધનો દર્શાવે છે કે ૧/૩ જેટલા જ ડાયાબિટીસના દદીઓને ખાત્રી થઈ છે કે તેમના માટે રદયરોગ એ સૌથી ગંભીર વિષમતા છે. આથી શિક્ષણ બહુ જ જરૂરી છે. ભોજનની દરમિયાનગીરીમાં ખાંડ અને કાબોહાઈડ્રેડ ઓછા લેવા તે છે. કસરત માટે દદીને પ્રોત્સાહિત કરી શકાય છે. કારણ કે તેને લીધે લોહીમાં શર્કરાનું પ્રમાણ જળવાઈ રહે છે.

૬.૪.૧ સારવારને વળગી રહેવું :

સ્વ– સંચાલનને વળગી રહેવું અઘરું છે. અભ્યાસો દર્શાવે છે કે ૮૦% ડાયાબિટીસના દદીઓને ઇન્સ્યુલીનનો ખોટી રીતે ઉપથોગ કયો હતો. ૫૮%એ ખોટો ડોઝ લીધો હતો. ૭૭%એ પેશાબની શર્કરા અચોકકસ રીતે તપાસી હતી. ૭૫% નિયમિત સમયગાળો રાખીને ખાતા ન હતા અને ૭૫% એ ડોકટરે ઉતારી આપેલો ખોરાક લેતા ન હતા. સમગ્ર રીતે જોતા ફકત ૧૫% દદીઓ જ સારવારની ભલામણોને વળગી રહેતા.

ડાયાબિટીસના દદીઓ સારવારની પધ્ધતિઓને કેમ વળગી નહીં રહેતા હોય? કંગાળ રીતે વળગી રહેવાની પધ્ધતિ એ સ્થળાંતરની પધ્ધતિ સાથે સંકળાયેલી છે. જેમકે મનોવૈજ્ઞાનિક મનોભાર અને સામાજીક દબાણને લીધે વધારે ખોરાક લેવાતો હોય છે.

રોજ કસરત કરવી અને ખાવામાં ધ્યાન રાખવું એ અઘરું છે. વ્યકિત લગ્નમાં , મેળવડામાં કે મિત્રોના દબાણને લીધે ભારે ખોરાક લઈ લેતો હોય છે અને આમ તેના શરીરમાં વધારે કેલેરી જતી રહેતી હોય છે.

ડાયાબિટીસની તીવ્ર તકલીફો એ રોગ શરૂ થવાના ૧૫–૨૦ વર્ષ સુધી સ્પષ્ટ રીતે દેખાતી નથી. ડાયાબિટીસ અંદરખાને નુકશાન કરે છે. આથી લોકો સારવારને વળગી રહેતા નથી.

બીજો એક પ્રશ્ન એ છે કે ડાયાબિટીસના દદીઓ તેમના લોહીમાં શર્કરાની કક્ષાનું સ્વ– નિયંત્રણ કરી શકતા નથી. તેઓ લોહીના ઉંચા દબાણના દદીની જેમ તેમને કેવું લાગે છે તેના ઉપર આધારીત છે.

૬.૪.૨ સારવારને વળગી રહેવાનું સુધારવું :

સારવારની પાછળ રહેલી તાર્કિકતાને સમજવી જોઈએ. ડાયાબિટીસના દદીઓને ગ્લુકોઝના ઉપયોગ અને ઈન્સ્યુલીનના નિયંત્રણની ખબર હોતી નથી. જેમનામાં સ્વ–અસરકારકતા વધુ હોય તેઓ સારું નિયંત્રણ મેળવી શકે છે.

દદી અને તબીબ બંને ભેગા મઈીને એક ધ્યેય નકકી કરે તો સારવારને વળગી રહેવાનું વધે છે અને જો અલગ ધ્યેય હોય તો સારવારને વળગી રહેવાનું ઘટે છે. બાળકોના ટાઈપ–1 ડાયાબિટીસમાં મા– બાપ અને તબીબોના અલગ ધ્યેયોને લીધે સારવારને વળગી રહેવાનું ઘટયું હતું.

સામાન્ય રીતે સામાજિક ટેકો સારવારને વળગી રહેવાનું વધારે છે. પરંતુ આ વાત ડાયાબિટીસના દદીઓ માટે સાચી નથી. સામાજિક ટેકાને લીધે ડાયાબિટીસના દદીઓ ભોજન અને લોભામણા મનપસંદ પદાથો પ્રત્યે લલચાય છે. સામાજિક ટેકો મદદરૂપ બનતો નથી.

દદીએ પોતે જ પોતાની કાળજી રાખવી જરૂરી છે. સ્વ–અસરકારકતાની સમજ વધારવી અને પોતાની જાતે જ નિર્ણય લેવો જેથી ગ્લુકોઝનું નિયંત્રણ જરૂરી છે.

૬.૫ ડાયાબિટીસની દરમિયાનગીરીઓ :

બોધાત્મક–વાર્તનિક દરમિયાનગીરીઓનો ડાયાબિટીસમાં સારવારની પધ્ધતિઓનો સારવારને વળગી રહેવા માટે ઉપયોગ થાય છે. ઘણા દદીઓ પોતાની જાતે ઈંજેકશન લે છે. મનોભાર અને ડાયાબિટીસ વચ્ચે સંપર્ક કડી છે. આથી સંશોધકોએ મનોભારના સંચાલનના કાર્યક્રમોની ડાયાબિટીસમાં શું અસર થાય છે તેની તપાસ કરી છે.

વજનનું નિયંત્રણ એ ગ્લાયસેમિક નિયંત્રણ સુધારે છે અને દવાની જરૂર ઘટાડે છે. મનોભાર અને સામાજીક દબાણ વ્યકિતને વધુ ખોરાક લેવા માટે દબાણ કરે છે. ડાયાબિટીસના દદીને આ ભારે પડે છે. મીઠાઈ ખાવાથી કઈ રીતે બચવું તેનું કૌશલ્ય મેળવવું અઘરું છે. માટે ડાયીબટીસના સંચાલનની કૌશલ્ય તાલીમ આપવી પડે, જેથી પ્રશ્નનો ઉકેલ આવે.

ડાયાબિટીસનું સંચાલન વર્તન ફેરફારના ઘણાં પાસાં સાથે સંકળાયુલું છે. તેના માટે બહુવિધ તંદુરસ્તીની ટેવો પાડવી પડે છે, જેનો અમલ અઘરો હોય છે. જેમકે ડાયાબિટીસનો દદી ઘરે મોળી ચા પીવે, પરંતુ મિત્રો સાથે તે દબાણથી ગળી મધ જેવી ચા પીવે છે. ડાયાબિટીસના દદીને સ્વ–નિયમન શિખવાડવાનું હોય છે. ડાયાબિટીસને અસર કરતાં ઘટકો એકબીજા સાથે સંબંધ ધરાવે છે જેથી તેમનો સ્વ–નિયમન કાર્યક્રમમાં સમાવેશ કરવો જોઈએ.

ડાયાબિટીસ અને ખિન્નતાને સંબંધ છે. ખાસ કરીને ડાયાબિટીસમાં દદીઓ ખિન્ન થાય છે. ખિન્નતાને નબળા ગ્લુકોઝ નિયંત્રણ અને નબળી ડાયાબિટીસની સારવારની પધ્ધતિ સાથેના સુચન પાલન સાથે સંબંધ છે.

૬.૬ ઉપસંહાર :

આમ, ડાયાબિટીસ એ ઉધઈ જેવો રોગ છે, જે મુત્યુનું અગ્રગણ્ય કારણ છે. ડાયાબિટીસમાં ટાઈપ–1 અને ટાઈપ–2 ડાયાબિટીસ એમ બે પ્રકાર જોવા મળે છે. ડાયાબિટીસના છેલ્લા સ્ટેજમાં દદીના પગની હાલત ખૂબ ગંભીર અને જોખમી તબકકામાં પહોંચી જાય છે. ડાયાબિટીસનું બરાબર સંચાલન થવું ખૂબ જ જરૂરી છે. ડાયાબિટીસમાં બોધાત્મક–વાર્તનિક દરમિયાનગીરીઓ સારવાર માટે ઉપયોગી બને છે.

પ્ર. ૭. ડાયાબિટીસના સંશોધનો, કારણો,અને લક્ષણો સમજાવી, ડાયાબિટીસમાં આહારનું મહત્વ જણાવો ?

૭.૧ પ્રસ્તાવના :

ડાયાબિટીસ ભારતનો મુખ્ય રોગ બની ગયો છે. ઈ.સ. પૂર્વે ૧૫૦૦ વર્ષ પહેલાંના ગ્રંથોમાં મધુપ્રમેહના એક ખાસ લક્ષણ–અતિશય થતા પેશાબની દવા લખેલી મળી આવે છે. પ્રાચીન હિંદુ વૈદકશાસ્ત્રે આયુર્વેદમાં વીસ જાતના મધુપ્રમેહનાં વર્ણનો કર્યો છે. ચરકસંહિતા અને સુશ્રુતસંહિતા બંનેમાં ડાયાબિટીસ મેલિટસનું લગભગ સંપૂર્ણ ચિત્ર દોરેલું છુે. મીઠો પેશાબ, નબળાઈ, શરીર સંકાવું, ગડગૂમડ, પાઠું, સુસ્તી વગેરે મધુપ્રમેહનાં લક્ષણો ઓળખાવ્યાં છે.મેદવાળા મધુપ્રમેહીઓને ઓછો ખોરાક આપવામાં આવતો. આયુર્વેદમાં મધુપ્રમેહની સારવારમાં કસરતનું મહત્વ બતાવ્યું છે.ઈ.સ. ૩૦૦ના જાપાન અને ચીનના વૈદકીય ગ્રંથોમાં પણ અતિ તરસ, અતિશય અને મીઠોપેશાબ વગેરે ડાયાબિટીસનાં ચિહનો વર્ણવેલાં છે.બાઈબલના ઈતિહાસમાં ડાયાબિટીસને ગંભીર દર્દ તરીકે સ્વીકાર્યુ છે. હિપોક્રેટીઝના શિષ્ય આરેટિયસે આ દર્દનું નામ ડાયાબિટીસ મેલિટસ આપ્યું હતું. ડો. વિલિસ નામના

અંગ્રેજે ૧૬૭૫ માં 'પેશાબમાં મધ' જેવો પદાર્થ એ રીતે તેનું પહેલ વહેલું વર્ણન કર્યુ હતું ઈ.સ. ૧૭૭૫ માં મો. ડોબસને પેશાબમાં સાકર અને લોહીમાં મીઠાસ પ્રદર્શિત કર્યા હતા. ૧૭૭૮માં ડો.થોમસ કોલેએ ડાયાબિટીસને લીધે થયેલી વિકટ પરિસ્થિતિ અને મરતા એક માણસના પેન્ક્રિયાસમાં થતા ફેરફારો વર્ણવ્યા હતા. ૧૭૯૬માં ડો. રોલોએ પહેલ વહેલાં આ રોગની સારવારમાં તાજા લીલાં શાકભાજી અને માંસ લેવાનું સૂચવ્યું હતું.

સંશોધનો :

મધુપ્રમેહનાં ચિહનો તો પ્રચીન કાળથી પરિચિત હતાં. પરંતુ આ વ્યાધિના કારણની શોધ તો ધીમે ધીમે અનેક વિજ્ઞાનીઓનાં જહેમતભર્યા સંશોધનોથી થઈ. પોલ લેન્ગરહાન્સ નામના એક જર્મન વિદ્યાર્થીએ ૧૮૬૯માં પ્રથમવા પેન્ક્રિયાસ નામની અંતઃ સ્ત્રાવી ગ્રંથિની શોધ કરી. આ ગ્રંથિમાં નાના નાના બેટો હોય છે, જેમાં ઈન્સ્યુલિન નામનો અંતઃસ્ત્રાવ ઉત્પન્ન થાય છે. આ વિદ્યાર્થી, પાછળથી મોટો ડોકતર થયો, તેના નામ પરથી આ ગ્રંથિના બેટો Islets of Langerhans તરીકે ઓળખાય છે. ત્યારપછી ઓસ્કાર મિંકોસ્કી અને વાન મેરિંગે નામના બે સંશોધકોને ૧૮૮૯ માં માલૂમ પડયું કે કૂતરાઓમાં પેન્ક્રિયાસને તદદન કાઢી નાખવામાં આવ્યા તેથી મધુપ્રમેહનાં ચિહનો જણાયાં અને છેવટે તે કૂતરા મરી ગયા.

૧૯૨૦માં બેન્ટિંગ નામના એક ઓર્થોપેડીક સર્જને પેન્ક્રિયાસની અંતઃ સ્ત્રાવી ગ્રંથિ અને ડાયાબિટીસના સંબંધ વિશેનો મોઝિઝ બેરનનો એક લેખ વાંચ્યો. તે પરથી તે ટોરોન્ટોના દેહધર્મવિધાના પ્રોફેસર મેકલોડની લેબોરેટરીમાં પ્રયોગ કરવા ગયો. તે પ્રયોગશાળામાં કામ કરતાં તેને બેસ્ટ નામના વિર્ધાર્થીની સારી મદદ મળી ગઈ. પછી બેન્ટિંગ અને બેસ્ટ બંને ભેગા મળીને કૂતરાઓ પર પ્રયોગો કરવા લાગ્યા. તેઓ કૂતરાઓની પેન્ક્રિયાસ ગ્રંથિ કાઢી નાખી તેમને ડાયાબિટીક બનાવતા, અને પછી બીજા

કૂતરાઓની પેન્ક્રિયાસ ગ્રંથિનો અર્ક કાઢી પેલા ડાયાબિટીક થયેલા કૂતરાઓને તેનું ઈનજેકશન આપતા, એટલે તેમનો ડાયાબિટીસ મટતો. આમ અનેક પ્રયોગો પછી તે બંનેએ તા.૨૪મી નવેમ્બર,૧૯૨૧ ને દિવસે ટોરોન્ટોની યુનિવર્સિટી મારફતે તેમનાં સંશોધનોનાં પરિણામો પ્રગટ કર્યા. પેન્ક્રિયાસ ગ્રંથિમાંથી જે અર્ક તેમને મળ્યો તેનું નામ તેમણે ઈન્સ્યુલિન પાડયું. પછી તો ધીમેધીમે મોટાપાયા પર ઈન્સ્યુલિન બનાવવાનું શરૂ થયું. આજે ડાયાબિટીસના નિયમન માટે અપાતાં ઈજેકશનો માટે જે પ્રકારનું ઈન્સ્યુલિન વપરાય છે તે પૂરતા પ્રમાણમાં મળી શકે છે.આ ઉપરાંત તેના અંકુશ માટે હવે તો મોંએથી લેવાની વિવિધ લવાઓ પણ શોધાઈ છે.

૭.૨ ડાયાબિટીસના કારણો :

(૧) વારસાગત :

આ રોગ અમુક પ્રમાણમાં વારસાગત છે. એમ મનાયું છે. લગ્ન કરનાર સ્ત્રી પુરુષ બંને ડાયાબિટીક હોય તો તેમનાં બધાં બાળકો ડાયાબિટીક થાય. જો ડાયાબિટીક ડાયાબિટીક ના વાહકને પરણે તો તેમનાં ૫૦ % બાળકોનેડાયાબિટીસ થાય અને ૫૦ % તેનાં વાહક થાય. જો ડાયાબિટીક એવાને પરણે જે ડાયાબિટીક અથવા તેનો વાહક પણ ન હોય તો તેમના કોઈ પણ બાળકને ડાયાબિટીસ ન થાય. પરંતુ તે ડાયાબિટીસનાં વાહકો થવાનાં. જો બંને વાહકો પરણે તો ૨૫ % બાળકો ડાયાબિટીક થાય અને ૫૦ % વાહકો બને.

આ ટકાવારી તો આનુવંશિકતાના વિચાર પર રચાયેલી છે. અને અમુક સંજોગોમાં ડાયાબિટીસ થવાની શકયતાનો નિર્દેશ કરે છે. દુર્ભાગ્યે હજુ દાકતરી વિજ્ઞાનને ડાયાબિટીસનું વાહક કોણ બની શકે તે નકકી કરવાની રીત માલૂમ પડી શકી નથી.

(૨) અન્ય અંતઃ સ્ત્રાવી ગ્રંથિઓનો ફાળો :

પેન્ક્રિયાસની જેમ બીજા પણ અંતઃ સ્ત્રાવી ગ્રંથિઓ શરીરમાં છે. તેમાંની ગળાના આગલા ભાગમાં આવેલી અને આખા શરીરની ક્રિયાઓની નિયામક જેવી થાઈરોઈડ ગ્રંથિ છે. તે કાર્બોદિતની ચયાપચયની ક્રિયાને અસર કરે છે. તેની વધુ પડતી પ્રવૃતિ હોય તો ડાયાબિટીસ થવાનો સંભવ છે. ગરદનના પાછલા ભાગમાં મગજની નીચે પિટયુટરી ગ્રંથિ છે. આ ગ્રંથિ બધી ગ્રંથિઓની નિયામક જેવી છે. આ ગ્રંથિના આગલા ભાગની વધુ પડતી પ્રવૃતિ થાય તો તેને લીધે પણ ડાયાબિટીસનાં ચિહનો થાય છે. કેમ કે તેનો અંતઃ સ્ત્રાવ કાર્બોદિત, ચરબી અને પ્રોટીન એ ત્રણેયની ચયાપચયની ક્રિયાને અસર કરે છે. પિટયુટરી ના પાછલા ભાગમાં કાંઈ ખામી હોય તો જુદા પ્રકારનો ડાયાબિટીસ ઈનસિપિડસ થાય છે, જેમાં પેશાબ વધુ પ્રમાણમાં થાય છે. પણ તેમાં સાકર હોતી નથી. એડ્રિનલ ગ્રંથિ જે મૂત્રપિંડ પર ટોપાની માફક આવેલી છે. તેને પણ કાબોRદિતની ચયાપચય ક્રિયાની સાથે સંબંધ છે. જનેનન્દ્રિય અંતઃ સ્ત્રાવી ગ્રંથિઓને પણ આ ક્રિયાની સાથે સંબંધ છે. જેમકે મધુપ્રમેહવાળી જુવાન છોકરીઓને મધુપ્રમેહ અંકુશમાં ન આવે ત્યાં સુધી રજોદર્શન અનિયમિત થાય છે. પુખ્તવયની મધુપ્રમેહી સ્ત્રીઓને માસિક અટકાવ અનિયમિત થાય છે.પ્રૌઢ સ્ત્રીઓ જેમને મધુપ્રમેહ લાગુ પડે છે. તેમને માસિક અટકાવ વહેલો બંધ થઈ જાય છે. મધુપ્રમેહી છોકરાઓને મધુપ્રમેહ અંકુશમાં ન આવે ત્યાં સુધી કામ વકૃતિની પરિપકવતા આવતી નથી. પુખ્તવયના મધુપ્રમેહીઓમાં સંભોગશકિત ઓછી થાય છે.

ઉપર કહયું તે પરથી ખ્યાલ આવશે કે પેન્ક્રિયાસનાં અંતઃસ્ત્રાવ ઈન્સ્યુલિનની ખામી મધુપ્રમેહ થવામાં મુખ્ય જવાબદાર હોવા છતાં બધી જ અંતઃ સ્ત્રાવી ગ્રંથિઓનું કાર્ય પરસ્પરાવલંબી છે. તેમાંની કોઈમાં પણ ખામી હોય તો તે કાર્બોદિતની ચયાપચય ક્રિયાને અસરકર્તા થાય છે., અને તેથી મધુપ્રમેહ થવાનો સંભવ રહે છે.

(૩) મેદવૃધ્ધિ :

મીઠાઈ, મિષ્ટાન અને ચરબીવાળા ખાદ્ય પદાર્થો, માખણ, ઘી વગેરે વિશેષ ખાવાથી મેદવૃધ્ધિ થાય છે. તેને પરિણામે મધુપ્રમેહ થવાનો વધુ સંભવ રહે છે. મધુપ્રમેહીઓ મોટે ભાગે અતિમેદવાળા હોય છે. ઓછુખાનારાને અને ઓછા વજનવાળાને આ રોગ લાગુ પડવાનો સંભવ ઓછો છે.

(૪) બેઠાડું જીવન :

ખુરશીએથી જમવાના ટેબલે અને ત્યાંથી પાછા ખુરશીએ –એવું જેમનું જીવન હોય, જેમના જીવનમાં શરીરશ્રમ–કસરતનું નામ ન હોય, અથવા તો મિત્રો સાથે વાતોના તડાકા મારતાં બે–ત્રણ કિલોમીટર ફરવા ખાતર ફરતાં હોય અને પછી નાસ્તાપાણી ઉડાવતાં હોય તેવાં સ્ત્રી પુરુષોને મધુપ્રમેહ થાય તેમાં નવાઈ ખરી? તેમાંથી ઉલટું દિવસભર કાળી મજુરી કરનારને મધુપ્રમેહ થવાનો સંભવ ઓછો છે.

(૫) માનસિક વ્યગ્રતા :

આજના જીવનમાં માનસિક ચિંતા અને તાણ ખૂબ વધ્યાં છે. તે પણ ઘણે અંશે આ વ્યાધિમાં કારણભૂત છે. આનો ઉપાય એ છે કે રાત્રે સૂતાં અને સવારે ઉઠતાં દ્રૢઢતાથી મનમાં પાંચેક મિનિટ કહેવું કે હું હવે સુધરતો જાઉં છું અને ચોકકસ સધરીશ. આ દ્રૢઢ સંકલ્પની અસર ધીરે ધીરે જરૂર થશે કેમકે આત્મા સત્ય સંકલ્પ છે.

મધુપ્રમેહનાં ઉપલાં બધાં કારણો વાસ્તવિક હોવા છતાં પાયાનું કારણ એ છે કે આંતરડામાં બંધ કોષોને કારણે મળનો સંચય વારંવાર થયા કરતો હોય ત્યારે પેન્ક્રિયાસ પણ દુર્બળ થાય અને તેથી મધુપ્રમેહ થાય. આમ મહાન આહારશાસ્ત્રી અને નિસર્ગોપચારક ડો. કેલોગ, એમ.ડી નું મંતવ્ય છે.

૭.૩ ડાયાબિટીસનાં લક્ષણો :

પેશાબની વધુ પડતી હાજત, વધુ તરસ અને ભૂખ, વજન ઉતરવું અને નબળાઈ – આ તેનાં સામાન્ય લક્ષણો છે. આ ચિહનો ધીરે ધીરે વધતાં જાય છે. તેનાં બે કારણો છે. (૧) ખોરાકમાંથી પચીને થયેલી સાકર લિવરમાં ગ્લાઈકોજન રૂપે સંઘરાતી નથી અને સાકરની દહનક્રિયા થતી નથી. તેથી જમ્યા પછી તે લોહીમાં વધી જાય છે. આ વધારાની સાકર મૂત્રપિંડમાં જઈને પેશાબમાં નીકળી જાય છે. (૨) ખોરાકમાં વિશેષ પ્રમાણમાં ચરબીયુકત પદાર્થ – મલાઈ, માખણ, ઘી, તેલ વગેરે – લેવાથી ચયાપચય ક્રિયામાં કીટોન પદાર્થા વધતા જાય છે. તેને પરિણામે કીટોસિસ નામે ઓળખાતી વિષમ સ્થિતિ આવી પડે છે. આનો તરત ઈલાજ ન થાય તો દર્દી બેભાન થાય છે, જેને કોમા કહે છે. તેમાંથી મૃત્યુ નીપજે છે. ઓછાં સામાનય એવાં બીજા લક્ષણોમાં જોવાની શકિતમાં ફેરફાર, ઘા રુઝાવામાં વિલંબ, ચામડીમાં સ્ત્રીઓમાં વિશેષ ગૃહા ભાગમાં અતિશય ખંજવાળ, હાથપગની આંગળીઓમાં દુખાવો અથવા જડતા ,બહેરાશ અને સુસ્તી. છેવટે પાંઠુ થાય છે. જે રુઝાતું નથી. કેટલાક એવાય દર્દીઓ હોય છે જેમને ઉપર કહયાં તેવાં બાહય ચિહનો ન હોય. એટલે દાકતરી તપાસ કરાવવી જરૂરી છે.

૭.૪ ડાયાબિટીસમાં આહાર :

૭.૪.૧.૧ આહારનું મહત્વ :

ડાયાબિટીસમાં ઈન્સ્યુલિનનાં ઈજેકશન અથવા દવાની ટીકડીઓ લેતા હોય કે ન લેતા હોય, ડાયાબિટીસ સાધારણ હોય કે સખત હોય, કોઈ પણ સ્થિતિમાં આહાર એ મુખ્ય સારવાર છે. સાધારણ ડાયાબિટીસમાં ખાસ કરીને દર્દીનું વજન જોઈએ તેથી વધુ હોય તો માત્ર આહારના નિયમનથી દર્દ કાબુમાં રહે છે. આ દર્દમાં કોઈ પણ સંયોગોમાં આહારની સારવાર બંધ ન કરવી જોઈએ. કુટુંબમાં સામાન્ય રીતે જે ખોરાક લેવાય છે

તેની સાથેડાયાબિટીસના ખોરાકનો મેળ બેસાડી શકાય છે. આ વ્યાધિની સારવારમાં લેવાતા ખાદ્ય પદાર્થો પૂરતા પોષક છે. અને તેમાં મુખ્યત્વે અમુક અંતરે લેવાના એવા કાર્બોદિત પદાર્થો ગોઠવેલા હોય છે કે જેથી અપૂરતું ઈન્સ્યુલિન ઉત્પન્ન કરનાર પેન્ક્રિયાસ ગ્રંથિ પર બોજો ન પડે. આ આહારમાં પોષક મુખ્ય પદાર્થોનો રોજિંદો લેવાનો કુલ ખોરાક અને વિવિધ ખાદ્ય પદાર્થો મધુપ્રમેહ ન હોય એવા માણસોના ખોરાકથી બહુ જુદા પડતા નથી.

૭.૪.૨ કાર્યશકિતની– કેલરીની ગણના મોખરે :

ડાયાબિટીસના આહારના આયોજનમાં કેલરી કેટલી જોઈએ એ મુખ્ય પ્રશ્ન વિચારવાનો હોય છે. તેની જરૂરિયાત દર્દીની ઉંચાઈ, વજન, વય, જાતિ (સ્ત્રી કે પુરુષ) અને તેની પ્રવૃતિ પરથી નકકી થાય છે. તેનું વજન જોઈએ તેટલું અથવા તેથી વધુ કે ઓછું છે તેના પર તે આધારીત છે. સામાન્ય રીતે તેના આદર્શ વજનની મર્યાદામાં તેનું વજન રહે તે ઈષ્ટ મનાય છે. મેદવૃધ્ધિ વાળા દર્દીઓનું વજન ઓછું કરવા ઉપર ખાસ ભાર મૂકવામાં આવે છે. આ ધ્યેય સ્ટાર્ચ અને ચરબીવાળા પદાર્થો ઓછા કરવાથી સધાય છે.

એન્જિનને જેમ બળતણ જોઈએ તેમ માણસને કાર્યશકિત–કેલરી જોઈએ. તેનાથી તેને શરીરમાં જરૂરી ગરમી અને કામ કરવાની શકિત મળે છે.એક યુવાન, કદાવર અને ક્રિયાશીલ માણસ, જેનું વજન આદર્શ વજનની આસપાસ છે તેને સ્વાભવિક રીતે જ એક પ્રૌઢ વયના ઠીંગણા, કરતાં વધારે ખોરાક લેવામાં આવે તો તેની ચરબી થઈ શરીરનાં જુદાં જુદાં અંગોમાં સંઘરાય અને વજન વધે. તેથી ઉલટું જોઈએ તેથી ઓછી કેલરીવાળો ખોરાક લો તો તમારી સંચિત ચરબી વપરાય અને વજન ઘટે.

૭.૪.૩ કાર્બોદિત, ચરબી અને પ્રોટીનનું પ્રમાણ :

કાર્બોદિત ગ્રામદીઠ ૪ કેલરી શકિત આપે છે. તેનો ઉપયોગ શકિત માટે છે. પ્રોટીન પણ ગ્રામદીઠ ૪ કેલરી આપે છે. પણ તેનું મુખ્ય કાર્ય વૃધ્ધિ, વિકાસ તથા મરામત અને ટકાવ માટે છે.ચરબીમાંથી ગ્રામદીઠ ૯ કેલરી મળે છે. તે પણ શકિત આપે છે અને વજન વધારે છે. કાર્બોદિત લેવાના પ્રમાણનો આધાર દર્દીના લોહીમાં સાકરના પ્રમાણ પર અને પેશાબની તપાસ પર તેમ જ ઈંજેકશન કે દવાના ઉપયોગ પર રહે છે. આપણા દેશમાં સામાન્ય માણસોના સરેરાશ આહારમાં અન્નાદિ કાર્બોદિત ખાદ્યોમાંથી લગભગ અડધી કેલરી મળી રહે છે. મધુપ્રમેહીના ખોરાકમાં કાર્બોદિત પદાર્થો ૩૦ થી ૩૫ % કેલરી આપે એટલી મર્યાદા રખાય છે.આશરે ૧૭૫ થી ૨૦૦ ગ્રામ કાર્બોદિતનો ઉપયોગ થાય છે. આ હેતુ મીઠાઈ, મિષ્ટાન છોડવાથી સહેજ સધાય છે.પ્રોટીનનું પ્રમાણ આદર્શ વજનના કિલોદીઠ એક ગ્રામ ગણાય છે. તેની જરૂરીયાત મધુપ્રમેહી અને મધુપ્રમેહહીન બંનેને સરખી છે. ઉલટું, મધુપ્રમેહના આહારમાં કાર્બોદિતની માત્રા ઘટાડવાની હોવાથી પ્રોટીનનું પ્રમાણ વધારી શકાય.

કાર્બોદિત અને પ્રોટીનમાંથી મેળવવાની કેલરીનું પ્રમાણ નકકી થયા પછી બાકીની કેલરી ચરબીવાળા પદાથોRમાંથી મેળવવાની રહે છે. દર્દીને શકિતની જરૂરિયાત કેટલી છે તેના ઉપરથી ચરબીની જશ્રિયાતનું પ્રમાણ નકકી થઈ શકે. જો વજન જોઈએ તેના કરતાં વધારે હોય તો ઘણી કેલરી આપનારા ચરબીવાળા પદાર્થો છોડવા રહયા, અથવા બહુ જ થોડા વાપરવા. આવા પદાથોRમાં ચરબીવાળું માંસ, માખણ, ઘી, તેલ અને માર્ગરીન, વનસ્પતિ ઘી, મીંજવાળા ફળો – બદામ, પિસ્તાં, કાજુ, અખરોટ, કોપરું વગેરે અને શિંગદાણા, તલ વગેરે તૈલી ચીજોનો સમાવેશ થાય છે.

૭.૪.૪ ખનિજ તત્વો અને વિટામિનો :

ચૂનો (કેલ્શિયમ), લોહ, ફોસ્ફરસ, પોટેશિયમ વગેરે ખનિજ તત્વો અને વિટામિનો એ, બી–સમૂહ, સી, ડી, ઈ વગેરેની જરૂરિયાતો તો ડાયાબિટીસને બીજાના જેટલી જ છે. આ પોષક તત્વો ખોરાકમાંથી મળે છે તે ઉપરાંત ડોકટરને જરૂર લાગે તો વિટામિનો જેમાંથી મળે તેવી મલ્ટી વિટામિનોની ટીકડીઓ પણ લેવી પડે.

૭.૪.૫ નિષિધ્ધ ખાદ્યો :

ડાયાબિટીસ માટે નીચેનાં ખાદ્યો ત્યાજય છે, કેમ કે તે લોહીમાં સાકરનું પ્રમાણ ઘણું વધારે છે. ખાંડ, ગોળ, મિઠાઈ, મિષ્ટાન, મુરબ્બો, ગળ્યાં અથાણાં, પિપરમીટ, ચોકલેટ, જામ, જેલી, માર્મલેડ, સિરપ, ઠંડા પીણાં, શરબત, પાઈ, કેક, કુકી, ચ્યૂઈગમ, ઘટ્ટ કરેલું દૂધ, આઈસ્ક્રીમ, ફરસાણ, વનસ્પતિ ઘી, ખજૂર, અં+ર, સૂકો મેવો વગેરે. આમાં ઘણાં ખરાં સાકરી ખાદ્યો અને કેટલાંક પ્રચુર તૈલી ખાદ્યો છે.

૭.૪.૬ કુલ કેલરીની જરૂરિયાત જાણવાની રીત :

દર્દીનાં વય, વજન, વ્યવસાય અને દર્દની સ્થિતિને જાણીને તેને કેટલી કેલરીવાળો ખોરાક આપવો તે નકકી કરવાનું હોય છે.દર્દીની ઉંચાઈ અને શરીરના બાંધા પ્રમાણે તેનું આદર્શ વજન કેટલું હોવું જોઈએ તે પ્રથમ જાણવું જોઈએ.

૭.૪.૭ સર્વશ્રેષ્ઠ નિયામક ભૂખ :

આહાર લેવાનો મુખ્ય આધાર ભૂખ છે અને ભૂખનો આધાર ઋતુ, હવામાન અને ભોજન વખતની શારીરિક સ્થિતિ પર રહે છે. શિયાળામાં ભૂખ વધુ અને ઉનાળે–ચોમાસે ઓછી લાગે છે એ અનુભવ છે. એક જ ઋતુમાં હવામાન બદલાય તો ભૂખમાં ફેર પડે છે. ભોજન વખતે પાચન ન થયું હોય, ભોજન પહેલાં દસ્ત ન ઉતર્યો હોય તો ભૂખ ન લાગે અથવા ઓછી લાગે. યાદ રાખો કે ભૂખ અને રુચિમાં ફેર છે. ભૂખ ન લાગી હોય તો પણ સ્વાદિષ્ટ ભોજન જોઈને અથવા તેની સુગંધમાત્રથી રુચિ ઉત્પન્ન

થાય , પણ તે ભૂખ નથી એટલે કોઈ પણ કારણે ભૂખ ન લાગી હોય તો ન ખાવું એમાં જ હિત છે.

૭.૪.૮ મસાલાનો ઉપયોગ :

કોથમીર, આદું, ફુદીનો, મીઠો લીમડો, કાંદા, લસણ, મરચું, ધાણાજીરું, લવિંગ, તજ, મરી, કોકમવગેરે મસાલામાં પોષક તત્વો છે. પણ તેમનો ઉપયોગ આગળ કહયાં એ ખાદ્યોની જેમ ન થઈ શકે તે તો માત્ર ખોરાકને વધુ સ્વાદિષ્ટ બનાવવા જ વપરાય છે પરંતુ સ્વાદિષ્ટ ચીજો વધુ પ્રમાણમાં ખવાઈ ન જાય એ મધુપ્રમેહના દર્દીએ તો ખાસ સંભાળવું.

૭.૪.૯ ચા અને કોફી :

આજે આ બે વસ્તુઓનું વ્યસન ઉપલા, મધ્યમ અને નીચલા બધા વર્ગોમાં ઘણું વધ્યું છે. તે બંને ચીજો મોંઘી તો છે જ, પણ તેમાં કાંઈ જ પોષક તત્વ નથી, એટલે તે વસ્તુતઃ ખોરાક જ નથી. તેમાં દૂધ–ખાંડ ઉમેરો એટલા પૂરતું જ પોષણ મળે. તે ખોરાક નથી એટલું જ નહીં પણ તેમાં ટેનિન અને કેફીન નામનાં હાનિકારક તત્વો વધુ છે. તે ઉકાળીને પિવાય છે તેથી તે તત્વો વધુ નુકસાન કરે છે. તેમને બદલે ઉપર જણાવેલા મસાલામાંથી ફુદીનો, આદું, મીઠો લીમડો અને બીજા ગરમ મસાલામાંથી તુલસી ઉમેરીને ઉકાળો બનાવીને પીધો હોય તો ઘણો લાભ થાય. ચા–કોફીમાં મધુપ્રમેહીને માટે ખાંડને બદલે સેકેરીન નાખવાની ભલામણ થાય છે.પણ એ તો કોલટારની બનાવટ છે તેથી સરવાળે હઅનિ કરે છે એમ મનાય છે. એ માન્યતાને બાજુએ મૂકીએ તો પણ તેમાં કાંઈ પોષક તત્વ તો નથી જ. તેને બદલે ગળપણ માટે મધ નાંખ્યુ હોય તો તેમાં ફળસાકર હોઈ તે મધુપ્રમેહીને હાનિકર નથી, બલકે લાભ કરે. ચા પીવી જ હોય તો તેને ઉકાળીને નહીં, પણ પાણીને ઉકાળીને પછી ચાને ગરણીમાં રાખી ઉકાળેલું પાણી તેના પર રેડવું. આથી ચાનું નુકસાન નહીં થાય. તેમાં પણ પછી ખાંડને બદલે મધ નખાય.

૭.૪.૨ આહાર વિનિમય :

ડાયાબિટીસના આહારમાં આપણેઉપર મુજબ ભોજન ક્રમ જોયો. એ ઉપરથી પ્રશ્ન થાય કે શું મધુપ્રમેહીને હંમેશાં આ જ ખોરાક લેવાનો ? તેનો જવાબ એ છે કે એવું નથી. ઘરમાં જે કાંઈ કર્યું હોય તે તેનાથી લેવાય, પણ તેના નિયમો છે. સુસંગતતા એક અગત્યનો મુદદો છે. ક્રિયાશીલતા, દવાનો કાર્યક્રમ જેવાં વ્યકિતગત કારણો પર આધારિત દિવસમાં અમુક વખતે લેવાના કાર્બોદિત, પ્રોટીન, ચરબીવાળા પદાર્થો નિશ્ચિત પ્રમાણમાં લેવાના હોય છે. લેવાના ખોરાકનો પ્રકાર અને તે લેવાનો સમય એ પણ આહારમાં લેવાની કુલ કેલરી જેટલા જ અગતયના છે. આહારનો આ કાર્યક્રમ ખાદ્યોના વિનિમયથી અદલબદલીથી વધુ સરળ થાય છે.

૭.૪.૨.૧આહાર વિનિમયના નિયમો :

૧. એના એ જ ભદજન કે નાસ્તાની અંદર વિનિમય કરો. જેમ કે નાસ્તામાં તમને ખાખરો ન મળ્યો તો તમે તેને બદલે તેટલા જ પોષણ મૂલ્યોની બાજરીની રોટલી લો. પરંતુ તેના વિના ચલાવી લેવાય નહીં અથવા તેને બદલે બીજા નાસ્તામાં કે ભોજનમાં ઉમેરાય નહીં.

૨. જેટલું પ્રમાણ લેવાનું હોય એટલાનો જ વિનિમય કરો. દરેક નિયત ભોજનનું પોષણ મૂલ્ય સરખું અને સુસંગત રાખવા માટે દરેક ખાદ્યવિનિમયનું સાચું પ્રમાણ જાણવું જરૂરનું છે. જેમકે ૧૫ ગ્રામના એક ખાખરાની, ૧૫ ગ્રામ બાજરીના લોટની અથવા ૧૫ ગ્રામ મેદાની બ્રેડની એક ચીરીની કેલરી સરખી થાય છે. એટલે ત્રણમાંથી ગમે તે એક લેવાય.

૩. જે પ્રકારના ખોરાકનો વિનિમય કરવાનો હોય તેમાં તે જ પ્રકારનો ખોરાક લો. જેમકે કાર્બોદિત ખાદ્ય બીજા કાર્બોદિત ખાદ્યથી જ બદલાય, પ્રોટીન ખાદ્યથી નહીં.

૭.૫ ડાયાબિટીસમાં ફળાહાર :

ફળાહારના નામથી ડાયાબિટીસના લોકો ભડકે છે. તેમાં તો સાકર વિશેષ હોય તેથી તે નલેવાય તેમ તેમને લાગે છે. પોષણવિજ્ઞાનના અભ્યાસ વિનાના સામાન્ય દાકતરોની પણ આવી જ સમજ હોય છે. વસ્તુતઃ ફળોમાં મોટે ભાગે પાણી હોય છે. જે સાકર તેમાં છે તેમાં અર્ધી સાકર તો ફળસાકર છે, જેના પાચન માટે ઈન્સ્યુલિનની જરૂર પડતી નથી. એટલે ડાયાબિટીસના આહારમાં તાજાં, પાકાં, રસવાળાં અને વિશેષ ખાટાં, ખટમધુરાં ફળો સુખુથી લઈ શકાય. વળી જેમાં સાકર વિશેષ હોય તેવાં ફળો અન્નની અવે+માં લઈ શકાય. જેમ કે અન્નની એકાદ પાકું કેળું લઈ શકાય. ડાયીબટીસમાં ફળો ઘણાં ગુણકારી છે. નારંગી, મોસંબી, પાકું પેપયું, દાડમ, પાકાં ટામેટાં, લીલી દ્રાક્ષ, જાંબુ, ટેટી, ફાલસાં, ગ્રેપફ્રુટ, લીંબુ, આમળાં.

આમ, ડાયીબટીસ થયા પછી તેની સાથે જીવન જીવવા માટે વ્યકિતએ પોતેપોતાની જાતને તેયાર કરવાની છે, જેનાથી તે પોતે વ્યવસ્થિત જીવન જીવી શકે છે. કહેવાય છે કે, ‘ડાયાબિટીસના રોગને જેટલો સાચવી શકાય, તેટલો તે રોગીને સાચવે છે.

૭.૬ ઉપસંહાર :

આમ, ડાયાબિટીસ એ ઉધઈ જેવો રોગ છે. આથી તેનું બરાબર સંચાલન થવું જોઈએ. ડાયાબિટીસના સફળ નિયંત્રણ માટેની ચાવી એ સ્વ–સંચાલન છે.ડાયાબિટીસમાં ખાંડ કે શકRરાની કક્ષાને સામાન્ય કક્ષાએ રાખવાની હોય છે.તેમાં ઈન્સ્યુલીનનું ઈજેકશન, ભોજન નિયંત્રણ, વજન નિયંત્રણ અને કસરત કામિયાળ નિવડી શકે.

વિભાગ–૨ : બે–ત્રણ વાકયમાં જવાબ આપો.

નોંધ : આ વિભાગમાં પ્રશ્ન–૩ માટે બે–બે માકસ R ના કુલ ૬ પ્રશ્નોના જવાબ આપવાના રહેશે.

પ્ર. ૧. કામચલાઉ રીતે છાતીનો દુઃખાવો કોને કહેવાય ?

જવાબ કામચલાઉ રીતે ઓકિસજન અને પોષણની વારંવાર થતી તંગીને આપણે છાતીનો દુઃખાવો કહીએ છીએ.

પ્ર. ૨. CHDના જોખમી ઘટકોમાં શેનો સમાવેશ થાય છે ?

જવાબ CHDના જોખમી ઘટકોમાં લોહીનું ઉચું દબાણ, ડાયાબિટીસ, સિગારેટનું ધૂમ્રપાન, સ્થૂળતા વગેરેનો સમાવેશ થાય છે.

પ્ર. ૩. કેવી સ્ત્રીઓમાં રદયરોગ ઓછો થાય છે ?

જવાબ જે સ્ત્રી શારીરિક રીતે સક્રિય હોય, નીચો કોલસ્ટ્રોલ અને ટ્રાયગ્લીસરાઈડ ધરાવતી હોય તેવી સ્ત્રીઓમાં રદયરોગ ઓછો હોય છે.

પ્ર. ૪. વ્યકિતત્વના બે પ્રકારો જણાવો.

જવાબ વ્યકિતત્વના બે પ્રકારો નીચે મુજબ છે.

(૧) A– ટાઈપ વ્યકિતત્વ

(૨) B– ટાઈપ વ્યકિતત્વ

પ્ર. ૫. ઉચા પ્રકારની વેરભાવના શેની સાથે સંકળાયેલી છે ?

જવાબ ઉચા પ્રકારની વેરભાવના એ વધારે કેફીન, ઉચા વજન, નીચી ઘનતાવાળા લિપીડની ઉચી કક્ષા સાથે ધૂમ્રપાન, આલ્કોહોલ અને ઉચા લોહીના દબાણ સાથે સંકળાયેલી છે.

પ્ર. ૬. સારવાર માટે વધારે સમય સુધી કોણ વિલંબ કરે છે ?

જવાબ વૃધ્ધ દદીઓ અને આફ્રિકન–અમેરિકન , હાર્ટએટેકના દદીઓ સારવાર માટે વધારે સમય સુધી વિલંબ કરે છે.

પ્ર. ૭. સામાજિક સમર્થન શેના માટે ઉપયોગી છે ?

જવાબ સામાજિક સમર્થન રદયરોગના દદીઓને સાજા થવા માટે, વ્યથા ઘટાડવા માટે, રદયરોગના લક્ષણો ઘટાડવા માટે ઉપયોગી છે.

પ્ર. ૮. 'હાઈબ્લડપ્રેશર' એટલે શું ?

જવાબ 'હાઈબ્લડપ્રેશર' અથવા તો 'હાઈપર ટેન્શન'ની સ્થિતિ એટલે ચોકકસ ઉંમરે સ્ત્રી કે પુરુષમાં લોહીનું દબાણ જેટલું હોવું જોઈએ તેનાથી વધુ દબાણ થાય તે.

પ્ર. ૯.'વર્લ્ડ હેલ્થ ઓગેનાઈઝેશન'ની વ્યાખ્યા પ્રમાણે કેટલું દબાણ હાઈપર ટેન્શન ગણાય છે?

જવાબ 'વર્લ્ડ હેલ્થ ઓગેનાઈઝેશન'ની વ્યાખ્યા પ્રમાણે ૧૬૦થી વધુ સિસ્ટોલીક દબાણ અને ૯૫થી વધુ ડાયસ્ટોલીક દબાણ હાઈપર ટેન્શન ગણાય છે.

પ્ર. ૧૦. લોહીનું ઉંચું દબાણ શેને લીધે ઉભુ થાય છે ?

જવાબ લોહીનું ઉંચું દબાણ એ કિડનીના લોહીના દબાણમાં નિયંત્રણ રાખવાની નિષ્ફળતાને લીધે ઉભું થાય છે.

પ્ર. ૧૧. સ્ટ્રોકમાં કયા ચિહનો જોવા મળે છે ?

જવાબ બોલવાની મુશ્કેલી, સાદા વાકયો સમજવાની મુશ્કેલી,એકાએક નબળાઈ, મોં ઉપરનો ડબલ દેખાવું વગેરે સ્ટ્રોકના ચિહનો છે.

પ્ર.૧૨. સ્ટ્રોકની સારવારમાં કોણ કોણ કામ કરે છે?

જવાબ સ્ટ્રોકની સારવારમાં રેડિયોલોજીસ્ટ, ન્યૂરોલોજીસ્ટ, ન્યૂરોસજRન, I.C.U. નિષ્ણાત થેરાપિસ્ટ અને નસRની ટીમ કામ કરે છે.

યુનિટ– ૩

મનોમજ્જારોગપ્રતિકારકશાસ્ત્ર, એઈડસ,

કેન્સર અને આથRરાઈટીસ

(Psychoneuroimmunology, Aids, Cancer, Arthritis)

વિભાગ – ૧ : લાંબા પ્રશ્નો / ટૂંકા પ્રશ્નો

પ્ર. ૧. મનોમજ્જા રોગ પ્રતિકારકશાસ્ત્ર એટલે શું ? સવિસ્તાર સમજૂતિ આપો.

૧.૧પ્રસ્તાવના :

મીના નામની એક છોકરી છે. પરીક્ષા વખતે ખૂબ માંખી પડી જાય છે. પરીક્ષાના દિવસે જ તેણીના પિતાનું મૃત્યુ થાય છે. મીનાનો મનોભાર ખૂબ વધી જાય છે. શું આવા સમયે તેણીની રોગપ્રતિકારકશકિત ઘટી ગઈ હશે ? આ એક અગત્યનો સવાલ છે.

લગભગ ૩૦ વર્ષ અગાઉ પુરાવો મળયો છે કે શારીરિક રોગપ્રતિકારક તંત્ર કેન્દ્રિય ચેતાતંત્ર તથા અંતઃસ્રાવી તંત્ર સાથે આંતરક્રિયા કરે છે. જેનાથી વર્તન અને વિચાર બદલાય છે (મેયર,૨૦૦૩). આને લીધે મનોમજ્જાશાસ્ત્રનો વિકાસ થયો. મનોમજ્જા રોગ પ્રતિકારકશાસ્ત્ર એટલે શું ? તે સમજવું જરૂરી છે.

અર્થ :

" આ એક વિવિધ આંતરવિદ્યાકીય ક્ષેત્ર છે, જે વર્તન, ચેતાતંત્ર અને અંતઃસ્રાવી ગ્રંથિઓની આંતરક્રિયા પર આધાર રાખે છે."

૧.૨ મનોમજ્જારોગપ્રતિકારકશાસ્ત્રનો ટૂંક ઈતિહાસ :

જયોર્જ સોલોમન અને રૂડોલ્ફ દવારા સૌ પ્રથમ મનોમજ્જાશાસ્ત્રનો ઉલ્લેખ ૧૯૬૪ માં થયો. ૧૯૭૫ માં એક બનાવ બન્યો.જેના લીધે મનોમજ્જાશાસ્ત્રના

વિકાસને વેગ મળ્યો. રોબર્ટ એડેર અને નિકોલસન અભિસંધાનની રોગપ્રતિકાર તંત્ર પર થતય અસરના અંગે પ્રયોગ કર્યો ચેતાતંત્ર રોગપ્રતિકારકતંત્ર અને વર્તન વચ્ચે આંતરક્રિયા થાય છે. રોગપ્રતિકારકતંત્રને દમિત કરનાર દવાનો તેમાં ઉપયોગ કર્યો હતો. એડેર અને કોહેને સ્પષ્ટ કર્યુ કે શરીરના બીજા તંત્રોની જેમ રોગપ્રતિકારકતંત્ર સાહચર્યાત્મક શિક્ષણનો વિષય છે.

એડેર અને કોહનના, ૧૯૭૫ ના સંશોધન અહેવાલ પહેલાં શરીરશાસ્ત્રીઓ માનતા હતા કે રોગપ્રતિકારકતંત્ર અને ચેતાતંત્ર વચ્ચે કોઈપ જાતની આંતરક્રિયા થતય નથી (ફલેશનર અને અન્ય, ૨૦૦૪). હવે સંશોધકોને એ જાણવામાં રસ પડયો કે રોગપ્રતિકારકતંત્ર અને ચેતાતંત્ર વચ્ચે કોઈ આંતરક્રિયા થાય છે કે નહીં ? ૧૯૮૦ માં એઈડસનો પ્રસાર થયો. એઈડસમાં દર્દીનું રોગપ્રતિકારકતંત્ર નિર્બળ બનેછે. આથી નવી સંશોધન તક ઉભી થઈ. ૧૯૮૭ માં રોગપ્રતિકારકતંત્ર અને ચેતાતંત્ર વચ્ચેની આંતરક્રિયા જાણવાની એક સુંદર તક ઉભી થઈ.

૧.૨.૧ મનોમજ્જારોગપ્રતિકારકશાસ્ત્રમાં સંશોધન :

વર્તન કઈ રીતે રોગના વિકાસમાં ભાગ ભજવે છે તે જાણવું જરૂરી છે. આ લક્ષ્યને મેળવવા એવા મનોવૈજ્ઞાનિક ઘટકો શોધી કાઢવા જરૂરી છે જે રોગ પ્રતિકારકતંત્રને પ્રભાવિત કરે છે. સંશોધન દવારા રોગપ્રતિકારકતંત્રની અપક્રિયાઓનો વિકાસ લોકોના રોગપ્રતિકારકતંત્રની ક્ષમતા ઉપર આધારિત છે. કેટલાક એવા ‘એજન્ટ’ છે, જે માંદગી લાવે છે.

મનોમજ્જારોગપ્રતિકારકશાસ્ત્રમાં મોટાભાગના સંશોધકો પોતાના સંશોધનોમાં લોહીના નમુના તપાસી અભ્યાસ કરે છે. રોગપ્રતિકારકતંત્રનું કાર્ય તપાસતા હોતા નથી. ખરેખર તો મનોભારથી રોગપ્રતિકારકતંત્રમાં શો ફરક પડે છે તે તપાસવું જોઈએ. અનુકંપી માર્ગ દવારા મનોભાર રોગપ્રતિકારકતંત્રને અસર કરે છે (ડિએરગેન અને

અન્ય, ૨૦૦૫) મનોભાર મોટેભાગે વિદ્યાર્થીઓમાં પરીક્ષા સમયે ઉભો થતો હોય છે. આથી આ સમયમાં રોગપ્રતિકારકતંત્ર પર મનોભારની અસર તપાસવાનો મોકો મળ્યો હતો. તબીબી સંશોધનમાં જોવા મળ્યું કે કુદરતી મારક દ્રવ્યો, T કોષની ટકાવારી અને લિમ્ફોસાઈટસમાં તફાવત પડે છે. પરીક્ષા પહેલાં અને પરીક્ષા પછી કરવામાં આવતા દીર્ઘકાલીન અભ્યાસોનું મૂલ્યાંકન કરવામાં આવ્યું. આ અભ્યાસોનું મૂલ્યાંકન ચેપી રોગ પર મનોભારની અસર અંગે મૂલ્યવાન માહિતી આપે છે.

અલ્ઝાઈમર રોગમાં મનોભારયુકત સંભાળકર્તાઓ નિર્બળ તંદુરસ્તી અને રોગપ્રતિકારકશકિત ધરાવતા હતા. અલ્ઝાઈમરના દર્દીના મૃત્યુ પછી પણ સંભાળકર્તા તંદુરસ્તી સુધારવા પ્રયત્નશીલ બન્યા હતા.

ત્રીસ વર્ષના સંશોધનમાં જાણવા મળ્યું કે મનોભાર અને રોગપ્રતિકારકશકિત વચ્ચે સંબંધ રહેલો છે (સેગેરટ્રોમ અને અન્ય, ૨૦૦૪) મનોભારને લીધે રોગપ્રતિકારકશકિત ઘટે છે. સાથે આ રોગ પ્રતિકાર તંત્ર ઉપર ટૂંકા ગાળાનો મનોભાર રોગપ્રતિકારક પ્રત્યે અનુકૂલનશીલ હોય છે.

શું વર્તનમાં ફેરફાર કરવાની વ્યકિતની રોગપ્રતિકારકક્ષમતા વધારી શકાય ? તંદુરસ્તીને તેનાથી ફાયદો થાય ખરો ? વર્તનમાં પરિવર્તનથી સુધારો નોંધાયો છે. આ કાયદો સંમોહન અને શિથિલીકરણ કરતાં પણ વધારે જોવા મળે છે. આ અંગે વિશેષ અભ્યાસો થયા છે. તેના આશાસ્પદ પરિણામો સવિશેષ આવ્યા છે. સંમોહન અને શિથિલીકરણ પણ આશાસ્પદ જણાયાં છે.

૧.૨.૨ શારીરિક પ્રક્રિયાઓ પર અસર :

મનોભારની રોગપ્રતિકારકતંત્ર ઉપર બે રીતે અસર થાય છે : (૧) પરિઘવતી ચેતાતંત્ર અને (૨) હોમોન્સનો સ્રાવ, ધૂમ્રપાન, ઓછી ઉંઘ રોગ પ્રતિકારકતંત્રને પ્રભાવિત કરે છે. મનોભાર હોમોન્સ અને અંતઃ સ્રાવી ગ્રથિઓને ઉદીપ કરે છે.

ચેતાતંત્ર અને રોગપ્રતિકારકતંત્ર વચ્ચેનો સંબંધ પરિઘવતી ચેતાતંત્ર દવારા ઉદભવે છે. આ બાબતને રોગપ્રતિકારકતંત્રના કેટલાક અંગો જેમકે થાયમસ, બરોળ અને લિમ્ફોસાઈટસ ગાંઠો (Nodes) સાથે સંબંધ છે. મગજ પણ રોગ પ્રતિકારકતંત્ર સાથે સંકળાયેલું છે. હોમોન્સ લોહીના સ્રાવ દવારા શરીરના વિવિધ અંગોમાં પહોંચે છે તે એડ્રેનલ ગ્રંથિ અને B કોષોને પ્રભાવિત કરે છે.

જયારે અનુકંપી તંત્ર ઉતેજાય ત્યારે એડ્રેનલ ગ્રંથિ કેટલાક રસસ્રાવો છોડે છે. એપિનેરીન, નોરએપિનેફ્રીન અને કોર્ટિસોલને છોડે છે (ડોઉગસ્ન અને અન્ય, ૨૦૦૧). મગજની ગ્રંથિમાંથી એડ્રેનોકોટીકોલામાઈડ સ્રાવ છોડે છે. અહીં અનુકંપી ચેતાતંત્ર અસર થાય છે.

આ ઉપરાંત રોગપ્રતિકારકકોષો દવારા પણ ચેતાતંત્ર પણ પંભીવત થાય છે મગજ દવારા પરિઘવતી ચેતાતંત્ર મનોભાર અને રોગપ્રતિકારકતંત્રને પ્રભાવિત કરે છે. માનવી પર મનોભારની પણ અસરો છે, તેનાથી તંદુરસ્તી સંબંધિત બદલાઈ શકે છે (સેગેરસ્ટ્રોમ અને અન્ય, ૨૦૦૫) મનોભાર દવારા લોકો વધારે સિગારેટ, દારૂ, કેફીદ્રવ્યો લેવા, ઓછી ઉંઘ વગેરે વિવિધ રોગોને આમંત્રણ આપે છે. મનોભાર પ્રતિકારકતંત્ર ઉપર નિષેધક અસરો ઉપજાવે છે.

–રોગપ્રતિકારક તંત્ર (The Immune Sistem) :

રોગપ્રતિકારક શકિત (Immunity) :

અર્થ : રોગનો પ્રતિકાર કરવાની શકિત એટલે રોગપ્રતિકારક શકિત. કોઈ બેકટેરિયા કે વસ્તુ શરીરમાં ઘુસવાનો પ્રયત્ન કરે તો શરીર તેનો પ્રતિકાર કરે છે. અંગ્રેજીમાં આને 'ઈમ્યુનિટી' કહે છે.

સમજૂતિ : રોગ પ્રતિકારકતા ખૂબ મહત્વની શકિત છે. તાજેતરમાં સંશોધનો (૨%) જણાવે છે કે સૂર્યપ્રકાશની રોગપ્રતિકારક શકિતમાં વધારો થાય છે. સૂર્યપ્રકાશ દવારા વિના મૂલ્યે વિટામિન 'ડી' મળે છે (એપ્રિલ, ૨૦૧૦). રોગપ્રતિકારક શકિત વારસામાં

પણ મળે છે. કૃત્રિમ રીતે પણ વિકસાવી શકાય છે. જેમ કે વિટામિન 'સી' શરદી સામે લડવાની શકિત આપે છે. બાળકના જન્મ સમયે અને સ્તનપાન વખતે બાળકને કેટલીક રોગપ્રતિકારક શકિત આપ મેળે મળે છે. સ્તનપાન બાળકને અનેક રોગોથી બચાવી લે છે. માતાના દૂધ પર શ્રેષ્ઠતા માટેનો ISI માર્કો હોતો નથી, છતાંય તે શ્રેષ્ઠ છે. આ રોગપ્રતિકારક શકિત થોડા સમય માટેની હોય છે. બાળકને કેટલીકવાર રોગ પણ રોગપ્રતિકારક શકિત મેળવી આપે છે. નવીન સંશોધન (જુલાઈ, ૨૦૧૦) પ્રમાણે નવજાત શિશુને પંદર દિવસ ગાયનું દૂધ આપવાથી તેની રોગપ્રતિકારક શકિત વધે છે. જેમકે બાળકને વારંવાર ઓરી નીકળતા નથી. કેટલીકવાર રોગપ્રતિકારક શકિત રસી દવારા પણ પ્રાપ્ત થાય છે.

હવે તો પોલીયો, શીતળા, હિપેટાઈટીસ જેવા અનેક રોગોની રસી નસકળી છે. ડિપ્થેરીયા, ઉટાંટિયું અને શીતળા જેવા અનેક રોગો માટે ત્રિગુણી રસી શોધાઈ છે. અમેરિકામાં બાળકોને કુલ ૧૧ રસી અપાય છે.

શરીરમાં જીવાણું ઘૂસે એ જીવાણું સામે લડવાની શકિત આપવી એટલે રોગપ્રતિકારક શકિત આપવી. ખરેખર તો જયારે કોઈપણ રસી અપાય છે ત્યારે રોગના જંતુ શરીરમાં દાખલ થાય છે એટલે શરીરમાં ફરીવાર આવા રોગના જંતુઓ આવે તો તેનો મુકાબલો કરતાં શ્વેતકણોને આવડી ગયું હોય છે. રોગપ્રતિકારક શકિત એ વ્યકિતને કોઈ ચોકકસ સૂક્ષ્મ જીવાણુંઓ અને તેની ઝેરીઅસર સામે એક પ્રકારનું કવચ પૂરું પાડે છે. શરીરમાં +વાણું દાખલ થાય એટલે શરીર તેની સામે કેટલીક સામાન્ય અને વિશિષ્ટ પ્રતિક્રિયા કરે છે. વિશિષ્ટ રોગપ્રતિકારક શકિત જે તે રોગનો ચેપ લાગવાથી કે પછી રસી દવારા મેળવાય છે. તેનું સંચાલન પ્રીતજન– પ્રતિદ્રવ્ય પ્રતિક્રિયા (Antigen- antibody Reactions) એ શરીરમાં દાખલ થયેલા બહારના પદાર્થો છે. શરીર કોઈ વિદેશી વસ્તુ કે જીવાણું ને સંઘરતું નથી. આથી કોષોની પેશીઓમાં પ્રતિદ્રવ્ય (એન્ટીબોડીઝ) પેદા થાય છે. આ એન્ટીબોડીઝ એ બીજું કશું

નથી, પરંતુ બહારથી પ્રવેશેલા રોગના જંતુઓ સામે લડનાર તત્વો છે. આ એક પ્રકારનું પ્રોટીન છે. આ પ્રોટીન એન્ટિજનની સાથે રાસાયણિક રીતે સંયોજાય છે અને એન્ટિજનની ઝેરી અસરોને નાબૂદ કરે છે.

૧.૨.૨.૧ રાસાયણિક રોગપ્રતિકારક શકિત (Humoral Immunity)

રોગપ્રતિકારક શકિતના મૂળભૂત રીતે બે સ્વરૂપો છે : (૧) રાસાયણિક પ્રતિક્રિયા અને (૨) કોષ મધ્યસ્થીયુકત પ્રતિક્રિયા

રાસાયણિક રોગપ્રતિકારક શકિતમાં બી– લિમ્ફોસાઈટીસ એ એક પ્રકારના મધ્યસ્થીની ભૂમિકા ભજવે છે. આ બી– લિમ્ફોસાઈટીસએ બેકટેરિયા કે જીવાણું સામે રક્ષણ પૂરું થાય છે. આ અસરોને નાબુદ કરવાનું કામ બી– લિમ્ફોસાઈટીસ કરે છે. બી– કોષો પ્રતિદ્રવ્યના (એન્ટીબોડીઝ) ઉત્પાદન અને તેના સ્રાવના ઝરણ દવારા શરીરમાં રોગપ્રતિકારક શકિત ઉભી કરે છે.

થાયમ ગ્રંથિમાં ઉત્પન્ન થતાં ટી– લિમ્ફોસાઈટીસ અગત્યની ભૂમિકા ભજવે છે. તે કોષો મધ્યસ્થીયુકત રોગપ્રતિકારક શકિતમાં અગત્યના છે. જો કે આ પ્રક્રિયા ધીમી છે. તેમાં એન્ટીબોડીઝ એ લોહીમાં સીધા ભળતા નથી. ટી–કોષો યોગ્ય પ્રકારના એન્ટિજન દવારા ઉત્તેજાય ત્યારે એમાંથી એવા રસાયણો ઝરે છે જે શરીરમાં દાખલ થયેલા તથા ચેપથી અસરગ્રસ્ત એવા કોષોનો નાશ કરે છે.

૧.૨.૨.૨ રોગપ્રતિકારક શકિતમાં લસિકાવાહિની તંત્ર :

લસિકાવાહિની તંત્ર એ શરીરની શકિતમાં વ્યવસ્થા જેવું છે. આ તંત્ર રોગપ્રતિકારક શકિતમાં કાર્યરત રહે છે. માનવ શરીરમાં લસિકાવાહિની પેશીઓ પ્રસરેલી હોય છે. આ પેશીઓ કેશવાહિનીઓ, નલિકાઓ અને ગાંઠો (Nodes) થી બને છે. કેશવાહિનીઓ એ પાણી, પ્રોટીન્સ, સૂક્ષ્મજીવાણું અને બીજા બહારની સામગ્રીને કોષોમાંથી લસિકાવાહિનીની નળીઓમાં લેઈ જાય છે.લસિકાગ્રંથિઓ (Lymphnodes) સૂક્ષ્મ જીવાણું અને બહારની સામગ્રીનું 'ફિલ્ટરીગ' કરે છે. આ

રીતે 'ફિલ્ટર' કરેલી વસ્તુઓને લિમ્ફોસાઈટીસ ગળી જાય છે અને બાકી રહેલા પદાર્થોએ લસિકાવાહિની દવારા પાછા લોહીમાં ભળે છે.

લસિકાવાહિનીના ત્રણ મુખ્ય અંગો હોય છે. બરોળ (Soleen), કાકડા (Toncils), અને થાયમસગ્રંથિ (Thymasglanad). બરોળ એ બી–કોષો (B- cells) અને ટી– કોષો (T-cells) ના ઉત્પાદનમાં મદદ કરે છે. લોહીના નકામા થઈ રહેલા લાલ કોષોનો કચરો શરીરમાંથી દૂર કરે છે. બરોળ માટે આથી જ લાલ કોષોનું 'કબ્રસ્તાન' એવો શબ્દ વાપરવામાં આવ્યો છે. આ ઉપરાંત બરોળ બેકટેરિયાને 'ફિલ્ટર' કરવામાં ઉપયોગી છે. ગળામાં કાકડા આવેલા છે. જો કાકડાનું ઓપરેશન થાય તો જંતુઓ આસાનીથી શરીરમાં ઘૂસી શકે છે. કાકડા એ કંઠનળીમાં આવેલા લસિકાપેશીના ટુકડા છે. જે શ્વાસનળીમાં દાખલ થતા જીવાણુંને રોકે છે અને 'ફિલ્ટર' કર્યા પછીની હવાને જવા દે છે. એટલે જ કાકડાનું ઓપરેશન કરાયા પછી જલદી શરદી લાગુ પડી જાય તેવો સંભવ છે. જયારે થાયમસગ્રંથિએ ટી– કોષોને પરિપકવ બનાવે છે. થાયમસગ્રંથિમાંથી થાઈમોસીસ ઝરે છે અને પ્લાઝમાં કોષના ઉત્પાદન માટે પ્રેરણા આપે છે. આ પ્લાઝમાં કોષો એન્ટિબોડીઝ ઉત્પન્ન કરે છે.

માનવીની રોગપ્રતિકારક શકિત અંગે સંશોધનો થતા હોય છે. એક જ વાતાવરણ હોય અને અમુકને રોગ થઈ જાય અને અમુકને ન થાય તેમાં રોગપ્રતિકારક શકિત મહતવની છે. રોગપ્રતિકારક શકિતમાં સાયકોન્યૂરો, રોગપ્રતિકારક તંત્ર અને એઈડસના રોગમાં રોગપ્રતિકારક શકિત શું ઉપયોગમાં આવે છે તે અંગે સંશોધનો થાય છે.

૧.૨.૨.૩ રોગપ્રતિકારક તંત્રની વિકૃતિઓ :

માનવ શરીર સુરક્ષિત કિલ્લો છે. એ કિલ્લા પર જીવાણુંઓ, વાયરસ, ઝેર વગેરેનો હુમલો થાય છે. શરીરનું રોગપ્રતિકારક તંત્ર તૂટી પડે તો શરીરની તંદુરસ્તીની

ઈમારત તૂટી જાય છે. રોગપ્રતિકારક તંત્રની નિર્બળતામાં શરીર એક ધર્મશાળા જેવું બની જાય છે. જેમાં મુસાફર બનીને ગમે તે રોગ ઉતરે છે. રોગપ્રતિકારક તંત્રની વિકૃતિઓમાં કેન્સર પણ મહત્વનું છે.

કેટલાક બેકટેરિયા કે જીવાણું ખૂબ શકિતશાળી હોય છે. લસિકાગ્રંથિના કોષો ફેગોસાઈટસ (Phagocytes) ની નજર ચૂકવીને તે શરીરમાં દાખલ થઈ જાય છે. પરિણામે લિમ્ફેન્જાઈટીસ અને લિમ્ફાડેનીટીસ જેવા રોગો ઉભા થઈ જતું જળમય દ્રવ્ય છે કે રસ છે. લોહીમાં ડ્રેનેજ વખતે અવરોધ આવે તો લસિકાનલિકામાં સોજો આવે છે. આ સોજાને લિમ્ફેન્જાઈટીસ કહે છે. જયારે સૂક્ષ્મ જીવાણું ના વિનાશ કરવાના મહાભક્ષક કોષોના પ્રયત્નો સાથે સંકળાયેલ લસિકાગ્રંથિમાં સોજો આવે ત્યારે તેને 'લિમ્ફાડેનીટીસ' તરીકે ઓળખાવામાં આવે છે.

લસિકાપેશીઓમાં પણ ચેપ લાગે છે. હાથીપગો એ જીવાણું દવારા થતો રોગ છે. લિમ્ફના લોહી તરફના પ્રવાહમાં અંતરાય આવે ત્યારે આમ બને છે. આ સંજોગોમાં જથ્થો ખાસ કરીને પગના ભાગમાં જમા થાય છે. સ્પિનોમેગાલી નામના રોગમાં બરોળનું કદ વધી જાય છે. કેટલાક ચેપી રોગોની બરોળ ઉપરઅસર થતી હોય છે. ટોન્સીલાઈટીસ રોગમાં કાકડા સૂઝે છે. જેને લીધે બેકટેરિયાને ફિલ્ટર કરવાની શકિતમાં અવરોધ ઉભો થાય છે.

કેટલીકવાર એવું બને છે કે વ્યકિત મિત્રો અને દુશ્મનોને ઓળખવામાં ભૂલ કરે છે. ઓટોઈમ્યૂન રોગમાં શરીર પોતાની માંસપેશીઓને ઓળખી શકતું નથી. શરીર પોતાની જ પેશીઓને દુશ્મન માની લે છે અને તેની સામે લડવા માટે પ્રતિદ્રવ્ય તરીકે કામ કરે છે. મનોભાર ઓટોઈમ્યૂન રોગોને ઉગ્ર બનાવે છે.

૧.૩ એઈડસ (AIDS) :

એઈડસ માનવજાતને પજવતો જીવલેણ રોગ છે. ભારતમાં ૫૭ લાખ જેટલા એઈડસના દદીઓ હોવાનો અંદાજ છે. એઈડસ ને બરાબર સમજવા તેનો પૂર્વ ઈતિહાસ જાણવો જરૂરી છે.

૧.૩.૧ એઈડસનો સંક્ષિપ્ત ઈતિહાસ :

એઈડસનું આખું નામ Acquired Immune Deficiency Syndrome (એકવાયડ ઈમ્યુન ડીફીસીયન્સી સિન્ડ્રોમ) છે. આ રોગ સૌપ્રથમ કયાં ઉદભવ્યો તે સ્પષ્ટપણે જાણી શકાતું નથી. મધ્ય આફ્રિકામાં ઈ.સ. ૧૯૭૦ ના પ્રારંભ કાળમાં આ રોગનો ઉદભવ થયો હશે એમ મનાય છે. ત્યાર પછી આફ્રિકાના ઘણા દેશોમાં (Zaire, Uganda, UNJO) માં રોગોનો ફેલાવો ખૂબ ઝડપથી થવા માંડયો, કારણ કે આ રોગ કઈ રીતે ફેલાય છે તેની લોકોને જાણ ન હતી.

ભારતની વાત કરીએ તો ૧૯૯૦ માં આરંભકાળમાં HIV ના એમનું બે–ત્રણ વખત પ્રયોગશાળામાં પરીક્ષણ થયું. આ રોગ વૈશ્વિક રોગ છે, તેના લીધે થતું મૃત્યુનું પ્રમાણ વધતું જાય છે. આફ્રિકામાં આ રોગના ઉદભવ બાદ તે યુરોપ અને હૈતી (US) માં ફેલાયો. અમેરિકનો હૈતીમાં વેકેશન ગાળવા જતા હતા. આથી તેમને આ રોગનો ચેપ લાગ્યો.

અમેરિકામાં એઈડસનો સર્વ પ્રથમ કિસ્સો ૧૯૮૧ માં નોંધાયો. આ પહેલાં પણ કેટલાક છૂટા – છવાયા કિસ્સાઓ બન્યા હશે એમ મનાય છે.

એઈડ\સનો વાઈરસ (HIV) માનવીના રોગપ્રીતકારકતંત્ર ઉપર હુમલો કરે છે. ખાસ કરીને શરીરના T કોષો ઉપર હુમલો થાય છે. આ રોગ શરીરના પ્રવાહી ખાસ કરીને વીર્ય અને લોહી દવારા ઝડપથી ફેલાય છે. એઈડ\સના પરીક્ષણ માટે ખાસ કસોટી છે જે સંક્ષિપ્તમાં HIV તરીકે ઓળખાય છે.

કેફીદ્રવ્યોનો ઉપયોગ એઈડસને ઝડપથી ફેલાવે છે. ખાસ કરીને લોહીની નસમાં લેવાતા કેફીદ્રવ્યો એઈડસને ઝડપથી ફેલાવે છે. સજાતીય જાતીય સંબંધ પણ એઈડસના ફેલાવામાં જવાબદાર છે. કોન્ડોમના ઉપયોગ સિવાય જાતીય સમાગમ એઈડસના ફેલાવા માટેનું મહત્વનું કારણ છે. અહીં સ્ત્રીઓને પુરુષો કરતાં એઈડસનું વિશેષ જોખમ છે. એઈડસગ્રસ્ત સ્ત્રી અનેક પુરુષના સંપર્કમાં આવે તો પુરુષોમાં એઈડસનું ઝડપથી પ્રસરણ થાય છે.

૧.૩.૨ HIV નો ચેપ કઈ રીતે આગળ વધે છે ?

HIV નો ચેપ કોઈ સંપર્ક દવારા આવી ગયો અને હવે તે ચેપનું પ્રસરણ કઈ રીતે શરીરમાં થાય છે તે પણ જાણી લેવું જોઈએ.

HIV નો ચેપ લાગયા પછી થોડાક અઠવાડિયામાં તે શરીરના તમામ ભાગોમાં પ્રસરી જાય છે. એઈડ\સનો વાઈરસ બે પ્રકારના રોગપ્રતિકારક કોષોને અસર કરે છે. T કોષોના રોગનાં પારંભિક લક્ષણો ખૂબ જ હળવા હોય છે. તેમાં ગ્રંથિઓમાં સોજો આવે છે અને ફલુ જેવાં લક્ષણો દષ્ટિગોચર થાય છે. ત્રણથી છ અઠવાડિયામાં આ ચેપ આગળ વધે છે. ધીમે ધીમે વાઈરસની વૃધ્ધિ થતી જાય છે. આ સમયમાં આવા વ્યકિતના સંસર્ગમાં (જાતીય સમાગમ કે લોહી દવારા) આવવાથી ચેપ બીજાને લાગુ પડી શકે છે. વાઈરસ તબકકાવાર પ્રસરે છે. તે રોગપ્રતિકારકતંત્રના T કોષોનો નાશ કરે છે અને રોગના ચેપ પ્રત્યે સંભેદ્યતા ઉભી કરે છે ત્યાર પછીના એઈડસ નિદાનિત થાય છે.

એઈડસનો ચેપ ધીરે ધીરે આગળ વધે છે અને વ્યકિતના શરીરમાં અસાધારણતા દષ્ટિગોચર થાય છે. કેટલાક રોગીઓમાં તીવ્ર પીડા, અંધાપો જેવા લક્ષણો દેખાય છે. કેટલાકમાં તાવ, પરસેવો, ઝાડા થવા, થાક, સોજો જેવાં લક્ષણો નજરે ચઢે છે. એઈડસગ્રસ્ત વ્યકિત માટે એક જ રસ્તો છે, તેના ચેપની જાણ કરવી. જો આમાં થોડુંક પણ મોડું થાય તો વ્યકિતનું રોગપ્રતિકારકતંત્ર ભાંગી પડે છે. એઈડ\સના

કેટલાંક પ્રારંભિક લક્ષણોમાં કેન્દ્રિય ચેતાતંત્રની સ્પષ્ટ અસર જોવા મળે છે. અહીં ખિન્નતા, મંદતા વગેરે દેખાય છે. આ તબકકામાં દર્દીઓ ગૂંચવાડો, વિમુખતા, મૂર્છા, મૃત્યુ વગેરેનો અનુભવ કરે છે. કેન્દ્રિય ચેતાતંત્રની ખલેલ એક એવું પરિબળ છે જે કેટલાંક દર્દીઓમાં જોવા મળતું નથી પરંતુ અંદરોઅંદર વિકાસ પામતું હશે. આવી પરિવર્તનશીલતાને લીધે જે લોકોને એઈડસનું નિદાન થયું છે. તેમનેખમાટે નોકરી ચાલુ રાખવી કે નહીં તે પ્રશ્ન ઉભો થાય છે. જેમકે એઈડસગ્રસ્ત વિમાનના પાયલટને અશકિતને લીધે અકસ્માત થવાનો સંભવ છે. જુદી જુદી જાતિઓમાં આ પરિવર્તનો સમાન રીતે જોવા મળતા નથી. જેમકે નિમ્ન આવક ધરાવતા હબસીઓમાં HIV ના પ્રસરણ આ ગોરાઓ કરતાં ઝડપી પરિવર્તનો થાય છે. જોકે જાતિ (Race) અને ઉચ્ચ સુભેદ્યતા સાથે લઘુમતી લોકોને શો સંબંધ છે તેના અંગે ચોકકસ સ્પષ્ટતા નથી.ખાસ કરીને જે જાતિના લોકો લોહીમાં કેફી દ્રવ્ય લેતા હોય તે લોકોમાં એઈડ\સ ઝડપથી પ્રસરે છે. એક જ વર્ષમાં રોગ તેની વિષમતા દર્શાવે છે. તેમાં જીવનશૈલીના ઘટકો જવાબદાર હોય છે.

જે લોકો ઉચ્ચ સામાજિક આર્થિક મોભો ધરાવે છે તેમને લાંબા ગાળાનું જીવન જીવવાની તકો હોય છે. આવા લોકો પોતાની તંદુરસ્તીની વિશેષ કાળજી રાખે છે. આવા લોકો તંદુરસ્તીમાં સહેજ જોખમ જણાય તો તરત જ ડોકટર પાસે પહોંચી જતા હોય છે. એથી તેમને એઈડસનું ઓછું જોખમ રહે છે.

૧.૩.૩ એઈડસ કોને કહેવાય છે ?

HIV ના ચેપ સાથે વિશ્વમાં ૦.૩૫ મિલિયન લોકો રહે છે (USA,2000) તેઓ મૃત્યુ પામવાનો વિશેષ સંભવ છે. વિશ્વના ૫૨ જેટલા દેશોમાં ૧% થી વધારે લોકો આ વાઈરસથી મૃત્યુ પામ્યા છે. એશિયાના કેટલાક દેશોમાં તેનો વ્યાપ ખૂબ છે.

જેમ કે થાઈલેન્ડ, ભારત જેવા દેશોમાં આ રોગનો વ્યાપ ઝડપથી વધી રહયો છે. HIVની સાર–સંભાળ ખૂબ ખર્ચાળ છે. દર વર્ષે ૬.૭ મિલિયન ડોલર્સ જેટલો તેનો ખર્ચ આવે છે. પ્રત્યેક દર્દી દીઠ ર હજાર ડોલર્સનો ખર્ચ થાય છે (બોઝેઝા\ટ અને અન્ય, ૧૯૯૮।ઉ

તરૂણો અને જુવાન પુખ્તો આ રોગનો જલ્દી ભોગ બને છે. આ વય જૂથ જાતીય રીતે વધારે સક્રિય છે. એઈડ\સનો ભોગ સ્ત્રીઓ વિશેષ બને તેવો સંભવ છે. એઈડસ ના કુલ કિસ્સાઓમાં ૨૦ % તરૂણ અને પુખ્ત વયની સ્ત્રીઓ હોય છે. હળસી અને યુરોપીયન સ્ત્રીઓમાંની ૧૯ % આ સ્ત્રીઓ આ રોગનો ભોગ બની જાય છે. વૈશ્વિક રીતે તેઓ ૭૩ % જેટલું પ્રતિનિધિત્વ કરે છે. ૧૯૮૧ થી એઈડસ ના કિસ્સાઓ ૫૦ વર્ષ કે તેથી વધુ ઉંમરના લોકોમાં જોવા મળે છે.

૧.૩.૪ એઈડસનો ફેલાવો રોકવા દરમિયાનગીરી :

એઈડસને ફેલાતો કઈ રીતે અટકાવી શકાય ? આપણે ત્યાં રેડરિબન ટ્રેઈન, પોસ્ટસ, રેલી, મીડિયા દવારા એઈડ\સ સામે મોરચો માંડવામાં આવ્યો છે. એઈડસ અટકાવવાના ઉપાયો શું છે.

એઈડસ અટકાવની દરમિયાનગીરી શરીરના પ્રવાહી સાથે સંબંધ ધરાવે છે. જયાં એઈડસન ઉંચું જોખમ હોય ત્યાં પહોંચી જઈ લોકો જાણકારી આપી એઈડસ અટકાવી શકાય. એઈડસ માટે તરૂણો કે નિમ્ન આર્થિક જૂથ પ્રત્યે ખાસ ધ્યાન આપવું જોઈએ. આ માટે કેટલાંક ઘટકો પ્રત્યે ધ્યાન કેન્દ્રિત કરી શકાય.

–શિક્ષણ :

એઈડસ નો મુકાબલો કરવામાં શિક્ષણ ખૂબ મહત્વનું છે. એઈડસ કઈ રીતે ફેલાય છે. આ અંગે લોકોને શિક્ષણ આપવું જોઈએ. લોકોના કેટલાક ભ્રમ પણ ભાંગવા જોઈએ, જેમ કે એઈડસના દર્દી સાથે હાથ મિલાવવાથી આપણને એઈડસ થાય.

એઈડ્સનો ફેલાવો કોઈ પણ જાતના પ્રવાહીથી થાય છે. આવી માહિતી એઈડસનું જોખમ ધરાવતા લોકો માટે ખૂબ ઉપયોગી છે. જોખમ ધરાવતા લોકો માટે ખૂબ ઉપયોગી છે. જે લોકોએ જીવનસાથી ગુમાવ્યો છે, તેમને એઈડસ થવાનો વિશેષ સંભવ છે. આવા લોકો અન્ય સ્ત્રી પુરુષના સંપકમાં જલદી આવે છે. જીવનસાથી ગુમાવ્યા બાદ થોડાક મહિનામાં આવું બનતું હોય છે. અજાણ્યા કે નવીન સ્ત્રી પુરુષ સાથેનો અસલામત જાતીય સમાગમ એઈડસ લાવે છે.

ઘણી સગર્ભા સ્ત્રીઓને એઈડસ હોય છે. આ રોગ વિશે સગર્ભા સ્ત્રીઓ પાસે સાચી માહિતી હોવી જોઈએ. સગર્ભા સ્ત્રીઓનો HIV નો ચેપ તેના બાળકને લાગુ પડે છે. AZT Sero Positive સારવાર બાળકોને એઈડસના ચેપ માટે ઉપયોગી બને છે. રોગ ફેલાતો અટકે છે. એઈડ્સ ધરાવતી સ્ત્રીઓને સાચી સમજણ આપવાની નવજાતશિશુ એઈડસ ગ્રસ્ત બનતું બચી જાય છે. અભ્યાસો પણ આ બાબતને સમર્થન આપે છે. ખાસ કરીને દ્વૈતીયિક અટકાવ માટે સફળતા મળે છે.

કેટલીક સંસ્કૃતિઓ જ એવી હોય છે. જેમાં એઈડસ થવાનો વિશેષ સંભવ હોય છે. આફ્રિકન–અમેરિકન તરૂણ જૂથમાં એઈડસ થવાની વિશેષ સંભાવના હોય છે. તેમને HIV અંગે જ્ઞાન આપવાથી તેમનામાં પરિવર્તન જોવા મળતું હતું. આમ શિક્ષણથી ફાયદો થાય છે. સજાતીય સંબંધો ધરાવતા વ્યકિતઓ માટે પણ આવું જ્ઞાન ઉપયોગી નીવડયું છે. કેટલાક લોકો અસુરક્ષિત જાતીય સમાગમ પ્રત્યે આકર્ષાય છે., આવા લોકોની ખોટી માન્યતા સુધારવા વૈજ્ઞાનિક માહિતી ઉપયોગી બને છે.

– તંદુરસ્તીની માન્યતા અને એઈડસનું જોખમ સંબંધિત વર્તન અને અસરકારક દરમિયાનગીરી :

કેટલાક ખોટા ખ્યાલો કે માન્યતાઓ વ્યકિતને એઈડસનો ભોગ બનાવે છે. વ્યકિતનું સાચું પ્રત્યક્ષીકરણ તેને એઈડ્સગ્રસ્ત બનતો અટકાવે છે. જેમ કે જાતીય

સંબંધો કોન્ડોમનો ઉપયોગ આફ્રિકન – અમેરિકન લોકો તથા લેટીન સ્ત્રીઓ એઈડસનો વધારે ભોગ બને છે. આમાં તેમની ખોટી માન્યતાઓ તેમને રોગ તરફ દોરી જાય છે. જાતીય સંબંધ અંગેની માન્યતાઓ તેમનો રોગ તરફ દોરી જાય છે. જાતીય સંબંધ અંગેની માન્યતાઓ પ્રત્યે ધ્યાન આપીએ તો લોકો એઈડસગ્રસ્ત થતાં બચી શકે છે. સજાતીય સંબંધોમાં આ બાબતનું ખાસ ધ્યાન રાખવું જરૂરી છે.

વ્યકિતના જાતિય સંબંધો મર્યાદિત હોય તો તે એઈડસથી બચી શકે છે. આપણે ત્યાં ટ્રક–ડ્રાઈવર્સ અને મજૂરો એઈડસનો વિશેષ ભોગ બને છે, તેની પાછળ અનેક સ્ત્રીઓ સાથેના સંબંધો જવાબદાર છે. સજાતીય સંબંધમાં પણ આ બાબત એટલી જ સાચી છે. કેટલાક સંશોધકોએ આફ્રિકન–અમેરિકન તરૂણોનો અભ્યાસ કર્યો છે. જે તરૂણો કોન્ડોમના ઉપયોગ અંગે અનુકૂળ મનોવલણો ધરાવતા હતા તેઓ એઈડ\સનો ભોગ ઓછા બને તેવો સંભવ છે. આવા તરૂણો કોન્ડોમનો ઉપયોગ કરે છે અને પરિણામે રોગગ્રસ્ત થવામાંથી બચી જાય છે.

– જાતીય પ્રવૃતિ પ્રત્યે ધ્યાન :

જાતીય પ્રવૃતિ અને એઈડસ વચ્ચે શો સંબંધ છે તેની પણ તપાસ થઈ છે. આમ જોઈએ તો જાતીય પ્રવૃતિ વ્યકિતની ખાનગી બાબત છે. દરેક વ્યકિત માટે તેનો ખાનગી અર્થ છે. બેડરૂમના રહસ્યની જાહેરમાં ચર્ચા થાય નહીં. વ્યકિત જાતીય ક્રિયા કરવા સમર્થ છે તે બાબત વ્યકિતના વર્તનમાં ફેરફાર લાવે છે. ઘણા સજાતીય સંબંધ ધરાવતા લોકો માને છે કે તેઓ મનફાવે તેવો જાતીય સમાગમ કરવા મુકત છે. પરિણામે જાતીય પ્રવૃતિ તેમને માટે જોખમરૂપ બની જાય છે. આ ઉપરાંત કોન્ડોમનો ઉપયોગ કરવામાં પુરુષોમાં પણ કાળક્રમે જાતીય જોખમ બદલાતું રહે છે. એમનું પોતાના પરનું નિયંત્રણ ભવિષ્યમાં ઢીલું પણ પડે.

ભૂતકાળની જાતીય 'પ્રેક્ટિસ' એઈડસના જોખમમાં એક મહત્વનું દર્શક છે જેમ જેમ લોકોને જાતીયતાનો અનુભવ થાય છે તેમ તેમ તેઓની ખાસ જીવનશૈલીનો વિકાસ થતો જાય છે. આ જાતીય જીવનશૈલી તેમના જીવનમાં સુદઢ બનતી જાય છે. ભૂતકાળમાં કોન્ડોમનો ઉપયોગ ન કરનાર લોકોના જીવનમાં એઈડસનું જોખમ સદાય તોળાતું હોય છે.

તરૂણો માટે વાટાઘાટો ઉપયોગી છે. કેટલીકરવાર તેઓ યુવતીઓ સાથે અસુરક્ષિત જાતીય પ્રવૃતિમાં સંકળાયેલા હોય છે. આ અસુરક્ષિત જાતીય પ્રવૃતિનો તેઓ વિરોધ કરી શકે છે.

જોખમી જાતીય પ્રવૃતિ એ સિગારેટ ધૂમ્રપાન, ગેરકાયદેસર કેફીદ્રવ્યો કે આલ્કોહોલના દુરઉપયોગ જેટલી ન જોખમી છે પરંતુ આ પ્રવૃતિ એટલી આનંદદાયક છે તેમાં કોન્ડોમનો ઉપયોગ કરવાનું સુઝતું નથી. વ્યકિત ભાવાવેશમાં તણાઈ જાય છે. સ્વર્ગીય આનંદના મોહમાં તે કયારે એઈડસનો ભોગ બની જાય છે તેનો તેને ખ્યાલ આવતો નથી.ખાસ કરીને નવા પ્રેમીઓને જાતીય પ્રત્યક્ષીકરણ બરાબર હોતું નથી (લેન્ટોન અને અન્ય, ૧૯૯૭). કોન્ડોમ જાતીય આનંદમાં અડચણરૂપ હોય એવું કેટલાકને લાગે છે. ખાસ કરીને તરૂણોમાં જાતીય સમાગમ વખતે કોન્ડોમનો ઉપયોગ ન કરવાનું વલણ ખતરનાક છે. તરૂણોને પોતાના સમવયસ્ક ધોરણો હોય છે. આથી તેઓ કોન્ડોમનો વિરોધ કરે છે. આથી તરૂણો પ્રત્યે ધ્યાન આપવું અત્યંત આવશ્યક બને છે.

– પ્રગટીકરણ (Disclosure) :

એઈડસ થયો હોય તો તે જાહેર કરવું કે નહીં ? એઈડસને છૂપાવવું ખતરનાક છે. કારણ કે તમે જાતીય સંબંધમાં બીજાને એઈડસની દુઃખદાયક ભેટ આપો છો. આથી અન્ય માણસોના ભલા માટે એઈડસની જાહેરાત થવી જોઈએ. જેથી એઈડસ ફેલાતો અટકી જાય. સંસ્કૃતિ પણ એઈડસની જાહેરાત કરતાં અટકાવે છે. 'બીજા શું કહેશે'

એના ભય પ્રબળ હોય છે. કુટુંબમાં સભ્યો પણ આવી જાહેરાત કરતાં અટકાવે છે. પરિણામે આ નાનકડી ભૂલ એઈડસને ફેલાવે છે.

– કેફી દ્રવ્યોને લક્ષ્ય બનાવવા :

કેટલાક લોકો લોહીની નસમાં કેફી દ્રવ્યો લેતા હોય છે. આ ઈંજેકશનની સોય બદલીએ નહીં તો એઈડસનો ફેલાવો થાય છે. લોકોને એઈડસ અંગે સાચી માહિતી આપવી જરૂરી છે. આ રોગના મૂળમાં લોકોનું અજ્ઞાન છે. એઈડસ કઈ રીતે ફેલાય છે. એની સાચી માહિતી લોકોને એઈડસના રોગી બનતાં અટકાવી શકે. કોન્ડોમનો ઉપયોગ અનિવાર્ય છે. કેફી દ્રવ્યો લેતી વખતે વ્યકિતનું આવેગ નિયંત્રણ હોતું નથી. લોકોને એક તલપ લાગે છે. આવા સમયે એઈડસનું આક્રમણ રોકી શકાતું નથી અને પાછળની પસ્તાવાનો વારો આવે છે.

– સામાજિક સમર્થન (Social Support) :

એઈડસના રોગીઓના અભ્યાસ દરમિયાન જોવા મળ્યું કે આ લોકો એઈડસગ્રસ્ત ખિન્નતાના શિકાર બને છે. એઈડસનું નિદાન તેમને સમાજથી વિખૂટા પાડી દે છે. અહીં કુટુંબના સભ્યોનું સમર્થન મળે તે જરૂરી છે. કુટુંબના સભ્યો સાથે વાતચીત કરી એઈડસના દદીને જરૂરી હૂંફ–હમદર્દી આપી શકાય.

– HIV સાથેની સ્ત્રીઓ :

HIV સાથેની સ્ત્રીઓ માટે જીવન જીવવું મુશ્કેલ બની જાય છે. આવી સ્ત્રીઓને કોઈ સાથીદાર હોતો નથી. તેમની નોકરી પણ છૂટી જાય છે. તેમને કેટલીક સામાજિક સેવાઓને આધારે જીવવું પડે છે. કેટલીક સ્ત્રીઓ વેશ્યાવૃતિમાં સપડાયેલી હોય છે. આવી સ્ત્રીઓ માટે ખોરાક અને રહેઠાણ સંબંધી સમસ્યાઓ ઉભી થાય છે.

એઈડસની સારવારમાં ઘણી પ્રગતિ થઈ છે તેના કારણો શોધવામાં આવ્યા છે. આમ છતાં HIV નો ચેપ તંદુરસ્તીને અસર કરે છે. એઈડસના રોગીમાં ખિન્નતા સૌથી વધારે મહત્વનું સામાજિક લક્ષણ છે. કેટલાક શારીરિક ફેરફારો પણ જોવા મળે છે.

સ્ત્રીઓને કેટલીકવાર સામાજિક સમર્થન મળે છે. HIV પુરુષોમાં બોધાત્મક દરમિયાનગીરી ઉપયોગી છે. આમ, એઈડસનો મુકાબલો કરવાનું સમર્થન વધ્યું છે.

– આધુનિક સંશોધન :

તાજેતરમાં (જુલાઈ, ૨૦૧૦) અમેરિકન વૈજ્ઞાનિકોએ HIV નો પ્રીતકાર કરતા 'સેલ' વિકસાવ્યા છે. આ રીતે +વલેણ એઈડ\સનું મારણ શોધવા માટે વિશ્વભરમાં નોંધપાત્ર સફળતા મળી છે.

૧.૪ સંધિવા (આથRરાઈટીસ) Arthritis :

સંધિવા કે આર્થરાઈટીસ સાંધાનો સોજો છે. આ રોગ ૮૦ થી વધારે રોગો સાથે સંબંધ ધરાવે છે. આ રોગમાં સાંધા અને અન્ય જોડાણકર્તા તંત્ર ઉપર હુમલો થાય છે. અમેરિકામાં ૫૩ મિલિયનથી વધારે લોકો સંધિવાથી પીડાય છે. એક અંદાજ પ્રમાણે ૨૦૨૫ ની સાલમાં આ આંકડો ૬૦ મિલિયન થઈ જશે.

સંધિવા રદયરોગ કે કેન્સરની જેમ પ્રાણઘાતક રોગ નથી. આમ છતાં અમેરિકામાં રદયરોગ પછી તે બીજા ક્રમે પ્રવર્તમાન છે. દર વર્ષે ૧૫ મિલિયન ડોલર્સનો ખર્ચ આ રોગની સારવારમાં થાય છે. જેમાં દવા, ડોકટરની ફી, હોસ્પિટલમાં રહેવાનો ચાર્જ તથા અન્ય ખર્ચા સમાવિષ્ટ છે.

સંધિવાનું નિદાન અને તીવ્રતા તેના પ્રકાર પર આધાર રાખે છે. આ એક દીર્ઘકાલિન પરિસ્થિતિ છે.

– રૂમેટોઈડ આથRરાઈટીસ (Rhevmatoid Arthritis) :

અમેરિકામાં ૧ થી ૨% લોકો આ રોગનો ભોગ બને છે. મોટેભાગે ૪૦ થી ૬૦ વર્ષના વયજૂથના વ્યકિતઓને થાય છે. જોકે તે કોઈ પણ ઉંમરે તે વ્યકિત ઉપર હુમલો કરી શકે છે. બાળકો અને વૃધ્ધોને અસર કરે છે. મોટાભાગના હાથ–પગના સાંધા, ઘૂંટણ, ગળું વગેરે પર અસર કરે છે. હળવા કિસ્સામાં કેટલીકવાર આ રોગ વિધાયક

રીતે વ્યાપક અસર કરે છે. તીવ્ર કિસ્સામાં હાથના સ્નાયુ, રદયના સ્નાયુ, ચામડીના અંદરની પેશીઓ ઉપર હુમલો થાય છે.

આ રોગની મુખ્ય વિષમતામાં આ રોગ બીજા તંત્રો ઉપર હુમલો કરે છે. આર્થરાઈટીસ પ્રાથમિક રીતે વૃધ્ધ લોકોને અસર કરે છે. તેમાં નિર્બળ બોધાત્મક કાર્ય અને નિર્બળ દષ્ટિને લીધે અશકિત ઉભી થાય છે. આ રોગનું સૌથી વધુ લક્ષણ ખિન્નતા છે.

એક વખત મનોવૈજ્ઞાનિકો "આર્થરાઈટીસ પર્સનાલીટી" એવો શબ્દ વાપરતા હતા. આ પ્રકારનો વ્યકિત ખિન્ન અને આવેગિક અભિવ્યકિતમાં મર્યાદિત હોય છે.

– મનોભાર અને રૂમેટોઈડ આથRરાઈટીસ :

મનોભાર અને રૂમેટોઈડ આથRરાઈટીસ વચ્ચે સંબંધ જોવા મળ્યો છે. આંતર વ્યકિતગત ઘટકો આ રોગના વિકાસમાં ભાગ ભજવે છે.

રૂમેટોઈડ આર્થરાઈટીસનો ઉગ્ર હુમલો મનોભાર દવારા રોગપ્રતિકારકતંત્રને પ્રભાવિત કરે છે.

– સારવાર (Treatment) :

રૂમેટોઈડ આર્થરાઈટીસની સારવાર આરામ અને તબીબી દેખરેખ નીચે થાય છે. અહીં સર્જરીની ભાગ્યે જ જરૂર પડે છે. હોસ્પિટલમાં દાખલ થવું જરૂરી નથી. આ રોગના તીવ્ર કિસ્સાઓમાં દર્દી માટે કસરતની ભલામણ કરાય છે. દુર્ભાગ્યે, દર્દીઓ કસરતને વળગી રહેતા નથી. કેટલાક દર્દીઓ તો 'આરંભે શૂરા' હોય છે. પછી પાછા હતા એને એ ! મનોવૈજ્ઞાનિકોએ વાર્તનિક બોધાત્મક દરમિયાનગીરીનો અભ્યાસ કર્યો છે. આ રીતે મનોભારનું વ્યવસ્થાપન, દર્દ અને સોજા અંગે શિક્ષણ અપાય છે. વાતRનિક સારવારને લીધે સ્વ–અસરકારકતાના પ્રત્યક્ષીકરણો સુધરે છે. આને લીધે

રોગનાં લક્ષણો સાથે વિધાયક અસરો ઉભી થાય છે. મધમાખીનો ડંખ આર્થરાઈટીસમાં લાભખાયક ગણાય છે. સ્નાયુના દુઃખાવા માટે આદુ અકસીર ઈલાજ છે (જૂન, ૨૦૧૦).

રૂમેટોઈડ આર્થરાઈટીસમાં તેની આડઅસરો જોવા મળે છે. આ રોગનું નિયંત્રણ શકય છે. સ્વ–અસરકારકતાની લાગણી લાભદાયી છે. તેનાથી મનોભારની દરમિયાનગીરીમાં મદદ મળે છે. તેનું નિયંત્રણ અને પ્રબંધન શકય છે.

બોધાત્મક–વાર્તનિક દરમિયાનગીરી (ઉપચાર) માં શિથિલીકરણની તાલીમ પીડાને પહોંચી વળવામાં મદદરૂપ થાય છે. આ રોગની સારવારમાં દવા તથા દર્દનું નિયંત્રણ કરાય છે અને તેનાથી દર્દી વધારે સારો થઈ શકે છે (મરુટો અને અન્ય, ૧૯૯૮)

રૂમેટોઈડ આર્થરાઈટસ બાળકો અને પુખ્તવયની વ્યકિતઓમાં જોવા મળે છે. બેથી ત્રણ વર્ષના બાળકો આ રોગનો ભોગ બને છે. આ રોગ છોકરાઓ કરતાં છોકરીઓમાં વધારે જોવા મળે છે. બાળ આર્થરાઈટસ ની તીવ્ર અસરો થાય છે. તેનાથી મનોવૈજ્ઞાનિક પ્રશ્નો ઉભા થઈ શકે છે. જેમ કે શાળામાં ગેરહાજર રહેવું. આ રોગમાં કુટુંબ દવારા મળતું સામાજિક સમર્થન અગત્યનું છે.

– ઓસ્ટિઓ આર્થરાઈટીસ (Osteo Arthritis) :

દર સો વ્યકિતએ ચાર વ્યકિતને ઓસ્ટિઓ આર્થરાઈટીસ થાય છે. આ રોગ ૬૦ થી ૬૫ વર્ષના લોકોને થાય છે. આના કારણમાં વધુ બોજો, વધુ વજન ઉંચકવું, ઈજા વગેરે જવાબદાર છે. આ એક આર્થરાઈટીસ નું સ્વરૂપ છે, જેમાં સોજો અને સ્નાયુની તકલીફ ઉભી થાય છે. તેમાં સારવારની જરૂર છે. અહીં વ્યકિતની જીવન ગુણવતા નિર્બળ બને છે.

– ગાઉટ (Gout) :

આ રોગમાં સાંધા પર સોજો આવે છે. યુરીક એસિડ કિડનીમાં જમા થાય છે. લાંબે ગાળે કિડની નિષ્ફળ પણ બને છે. આમાં રાસાયણિક તત્વ કારણભૂત છે. આ ઉપરાંત મનોભાર પણ જવાબદાર છે. આલ્કોહોલ લેવાનું પ્રમાણ ઓછું કરવું લાભદાયી છે. કેટલાક પ્રતિબંધિત ખોરાક લેવાનું ત્યજી દેવું અને વધારેમાં વધારે પ્રવાહી લેવું ફાયદાકારક છે. યુરિક એસિડને દૂર કરવાથી આ રોગથી બચી શકાય છે. આ રોગથી પ્રભાવિત નિષ્ફળ ગયેલી કિડની દર્દીને મૃત્યુ તરફ દોરી જાય છે. રદયનલિકામાં સ્ટ્રોક પણ ઉભો થાય છે.

આર્થરાઈટીસ દીર્ઘકાલીન રોગ છે. જે વ્યાપકતાની દષ્ટિએ પ્રવર્તમાન રોગોમાં બીજા નંબરે આવે છે. જો કે તેનાથી વ્યકિત મરી જતો નથી. ભોજન નિયંત્રણ અને વ્યાયામ જરૂરી છે. તંદુરસ્તીની ટેવો અને તેને વળગી રહેવાની બાબત અગત્યની છે.

૧.૫ કેન્સર (Cancer) :

કેન્સર માનવજાત માટે ખૂબ ગંભીર રોગ છે. લોકો કેન્સરથી ખૂબ ડરે છે. 'કેન્સર એટલે કેન્સલ' એવું માને છે. કેન્સરથી થતા મૃત્યુના તેઓ વધુ પડતા અંદાજિત કરે છે (બુરિસ અને અન્ય ૧૯૮૭).

અર્થ : કેન્સર એટલે કોષોમાંથી થતી વધુ પડતી કે અનિયંત્રિત વૃધ્ધિ.

સમજૂતી : કેન્સર અંગે મેમોગ્રામ (છાતીની કોમળ માંસપેશીઓની એકસ–રે ફિલ્મ) ના પરિણામે દર્શાવે છે કે છાતીનું કેન્સર સ્ત્રીઓને ઉંચી વ્યગ્રતાનો ભોગ બનાવે છે. કેટલીકવાર કેન્સરના ખોટા પરીક્ષણો સ્ત્રીઓને બિનજરૂરી રીતે વ્યથિત બનાવે છે. આ પીડા એટલી બધી તીવ્ર નથી કે લાંબો સમય ટકતી પણ નથી.

લોકો કેન્સરને સ્વીકારવામાં આનાકાની કરે છે. આ બાબત વિશે મોટમ ભાગના તબીબો સંમત હોય છે. લોકો આ વિશે ચર્ચા કરતાં પણ અચકાય છે. અમેરિકન ડોકટર્સ આજે કેન્સરના દર્દીઓ સાથે તેમના રોગની સમજમાં સહભાગી બને છે.

૧.૫.૧ કેન્સરની પ્રવર્તતા :

તમાકુના સેવનને લીધે કે કેન્સરનું પ્રમાણ ભયજનક રીતે વધતું ગયું છે.દર વર્ષે કેન્સરના લીધે ૫,૬૦,૦૦૦ જેટલી +ંદગીઓનો ભોગ લેવાય છે. ૧૨ મિલિયન નવા કિસ્સા તેમાં દર વર્ષે ઉમેરાય છે. સૌથી વધુ ફેફસાંનું કેન્સર જોવા મળે છે. સમગ્ર વિશ્વમાં કેન્સરના સૌથી વધુ દર્દીઓ ભારતમાં છે. તેમાંયે ગુજરાતમાં ગુટખા ખાવાનું પ્રમાણ સવિશેષ છે. આથી ગલોફાના કેન્સરના અનેક દર્દીઓ ગુજરાતમાં જોવા મળે છે.

૧.૫.૨ પ્રકારો :

કેન્સરમાં કોષો અનિયંત્રિત રીતે વધે છે, જે મોટેભાગે નિઓપ્લાઝમા બનાવે છે.

(૧) કાર્સીનોમા (કેન્સરયુકત વૃધ્ધિ) :

આ એક ચામડીના કોષોનો +વલેણ નિઓપ્લાઝમા છે. કેન્સરના આ પ્રકારમાં કોષોની અંદરનું પડ (Lining) તથા શરીરના ઘણા અંગો સમાવિષ્ટ છે જેમ કે પાચનતંત્ર, શ્વસનતંત્ર, પ્રજનનતંત્રનો માર્ગ વગેરે. માનવ કેન્સરના ૮૫ % કાર્સીનોમા હોય છે.

(૨) લસિકા સંબંધિત (Lymphomas) : અથવા લસિકા સંબંધિ તંત્રનું કેન્સર.

(૩) અસ્થિકેન્સર (Sarcoma) :

આ કેન્સર સ્નાયુઓ, હાડકું અને જોડાણકર્તા તંતુઓમાં થાય છે. ઝેરી નિઓપ્લાઝમા આને માટે જવાબદાર છે.

(૪) લ્યુકેમિયા (લોહીનું કેન્સર) :

લ્યુકેમિયા અથવા લોહી પેદા કરતાં અંગોનું કેન્સર. અહીં બોનમેરો, જેમાં લોહીના કણોની ખૂબ વૃધ્ધિ થાય છે.

૧.૫.૩ કેન્સરના કારણો :

કેન્સર કેમ થતું હશે ? કેન્સરના અનેક કારણો છે. તાજેતરનું સંશોધન (જાન્યુ. , ૨૦૦૭) જણાવે છે કે મોબાઈલના વધુ પડતા ઉપયોગથી પણ કેન્સર થાય છે. વિશ્વ આરોગ્ય સંસ્થાએ તાજેતરમાં (૧ ઓગસ્ટ, ૨૦૧૦) ચેતવણી આપી છે કે તળેલા કે શેકેલા બટાટા, પોટેટોચિપ્સ, કોઠી, કઠોળ આધારિત વસ્તુઓ, ટોસ્ટ કરેલી બ્રેડથી કેન્સર થઈ શકે છે.

કેન્સર મોં, ગળું, ફેફસાંનું કેન્સર જનીનશાસ્ત્રીય અને પર્યાવરણીય ઘટકો વચ્ચેની આંતરક્રિયાને લીધે થાય છે. મનોભાર રોગનો વિકાસ અને સંવર્ધન કરે છે. તમાકુનું ધૂમ્ર પાન, ભોજન, પારજાંબલી કિરણો, રસાયણો વગેરે આમાં જવાબદાર છે. ગર્ભગ્રીવાનું કેન્સર વિષાણુજન્ય સંભોગ દવારા ઉભું થાય છે.

૧.૫.૪ કેન્સરમાં વય, લિંગ અને સામાજિક–સાંસ્કૃતિક ઘટકો :

કેન્સરનું જોખમ વધતી જતી ઉંમર સાથે વધે છે. એવું લાગે છે કે કેન્સરમાં જનીનશાસ્ત્રીય અને પર્યાવરણીય ઘટકો સંયુકત રીતે ફાળો આપે છે. ૪૦ થી ૮૦ વર્ષની ઉંમરે કેન્સરની શકયતા વિશેષ હોય છે. પુરુષો કરતાં સ્ત્રીઓમાં કેન્સરનો દર વધારે છે (NCHS, 2000). પ્રોસ્ટેટ ગ્રંથિનું કેન્સર પુરુષો માટે અને સ્તન કેન્સર સ્ત્રીઓને વધારે પ્રમાણમાં થાય છે. (ACS, 2000) . ભારતમાં સ્તન કેન્સરનું પ્રમાણ વિશેષ છે.

અમેરિકામાં જુદા જુદા વંશીય જૂથોના કેન્સરથી મૃત્યુદરમાં સામાજિક – સાંસ્કૃતિક ઘટકો વચ્ચેનો સંપર્ક જોવા મળે છે. એશિયન, હિસ્પાનિક અને કાળા લોકોમાં કેન્સરથી થતો મૃત્યુદર ઉંચો છે.

૧.૫.૫ કેન્સરનું નિદાન અને સારવાર :

કેન્સરનું નિદાન કઈ રીતે થાય છે ?

(૧) સૌથી પહેલાં હોર્મોન્સ અથવા અમુક ઉત્સેચકનું પ્રમાણ ચકાસવામાં આવે. આ રીતે તબીબી પ્રક્રિયા દવારા કેન્સરનું નિદાન થઈ શકે.

(૨) કિરણોત્સર્ગી રીત અને અન્ય પધ્ધતિઓની મદદથી આંતરિક અવયવોની રચનાનું નિરીક્ષણ થાય છે. કેન્સરની ગાંઠ છે કે નહીં તેની તપાસ થાય છે.

કેન્સરની સારવાર મુશકેલ છે. વ્યકિતને રોગમુકત બનાવવો એ કેન્સરના રદગનો આદર્શ ઈલાજ છે. આ માટે બધા જ નિઓપ્લાઝમા શોધી કાઢી તેને ઓપરેશન દવારા નષ્ટ કરાય છે. પરંતુ કેટલાક રોગ લક્ષણો થોડાક સમય માટે પ્રછન્ન હોય છે. કેટલાક અવસ્થામાં હોય છે. જો વ્યકિત કેન્સર થયા પછી પાંચ વર્ષ જીવી જાય તો ભયો ભયો આ કેન્સરના ઈલાજની સફળતા ગણાય છે.

કેન્સરની સારવારમાં (૧) સર્જરી (૨) કિરણોત્સર્ગી સારવાર (૩) કેમોથેરાપી. આ ત્રણ રીતોમાંથી એક અથવા તો સંયુકત રીતે આ ત્રણે રીતો ઉપયોગમાં લેવાય છે.

આંતરડાના કેન્સરમાં સર્જન આંતરડાનો રોગગ્રસ્ત ભાગ ઓપરેશનથી કાઢી નાંખે છે. છાતીના કેન્સરમાં કેટલીકવાર છાતીનો મોટોભાગ ઓપરેશનથી દુર કરાય છે. સ્ત્રીઓને સ્તન કેન્સર થાય ત્યારે આ રીત અજમાવાય છે.

કેમોથેરાપીમાં શકિતશાળી દવા અપાય છે. આ દવા મોં કે ઈજેકશન દવારા દર્દીને અપાય છે, જેથી રોગગ્રસ્ત કોષોનો નાશ થાય છે જેમ કે અસ્થિમજ્જા મગજ (

બોનમેરો) કોષો. કેમોથેરાપી લાંબા સમય સુધી ચાલે છે તેની આડઅસરો છે. જેમ કે મોંમાં ચાંદુ, વાળ ખરી જવા, ઉબકા આવવા વગેરે જોવા મળે છે. કેન્સરની સારવાર માટે તાજેતરમાં (ડિસે. ૨૦૦૬) ભાભા અણુસંશોધન કેન્દ્ર દવારા એક સ્વદેશી મશીન તૈયાર કરવામાં આવ્યું કે આ મશીન કેન્સરની સારવારના મોંઘાદાટ મશીનનો વિકલ્પ પૂરો પાડે છે.

કિરણોત્સર્ગી સારવારની કેટલીક આડઅસરો છે.

(૧) લાંબો સમય થાક લાગવો, જે સારવારના અંતમાં ખૂબ કડવો અનુભવ બને છે.

(૨) કેમોથેરાપી સારવાર પછી તો સમયગાળો એટલો બધો કંટાળાજનક હોય છે કે દર્દીઓ અધવચ્ચે જ સારવાર છોડી દે છે. આને લીધે તેમની જીવાદોરી ટૂંકીથઈ જાય છે. દર્દીઓને ઉબકાનો અનુભવ થાય છે. કેન્સરની સારવાર સંકુલ અને માંગણીયુકત છે. દર્દીઓ તબીબની સૂચના મુજબ ખોરાકમાં ફેરફાર કરે તે હિતાવહ છે.

કેન્સરના દર્દી માટે શુભ સમાચાર છે કે ગોમૂત્રમાંથી બનેલી કેન્સરની દવાને અમેરિકામાં 'પેટન્ટ' મળી છે. 'કામધેનુ અર્ક' ને કેન્સરની દવા તરીકે સફળતા મળી છે (૧૭ જૂન, ૨૦૧૦).

(પૂરક માહિતી)

સ્નાયુઓમાં થતો દુ:ખાવો દૂર કરવા આદુ અકસીર ઈલાજ

કફ, શરદી અને પેટની ખરાબી જેવી વિવિધ બીમારીઓ માટે આદુના મૂળ કે ગાંઠિયાનો ઉપયોગ ઘરગથ્થું ઉપાય તરીકે સદીઓથી થતો આવે છે. પરંતુ નવા સંશોધને એમ જણાવ્યું છે કે સ્નાયુઓની પીડા દૂર કરવા માટે આદુનો ઉપયોગ ઘણો જ સારો છે. આ સંશોધનના અગ્રલેખક અને યુનિવસિRટી ઓફ જયોજિRયાના પ્રોફેસર પ્રેટ્રિકઓ કોનોરના જણાવ્યા અનુસાર પેઈનકીલર કોનોરના જણાવ્યા અનુસાર પેઈનકીલર અથવા પીડાનાશક દવાઓ ખાવી તેના કરતા આ ઘરગથ્થું ઉપાય વધુ સારો છે.

તેમણે કહયું હતું કે આ પ્રકારના સ્નાયુઓનો દુ:ખાઓ ખરુખર હળવો કરે તેવી કોલપણ વસ્તુને લોકો ખરેખર આવકારશે. આનો અનુભવ કરનારને તેની ખબર પડવાની છે.

આ અભ્યાસમાં દશાRવાયું હતું કે રોજ આદુ ખાવાના પરિણામે ભારે કસરત કરવાથી પેદા થતા અસહય સ્નાયુ દુ:ખાવામાં ૨૫ ટકા રાહત મળે છે. આદુમાં એવા રસાયણો છે, જે ઈબ્રુપ્રોફેન અને એસ્પિરિન જેવી નોન–સ્ટેરોઈડલમાં રહેલા રસાયણોની માફક જ કામગીરી બજાવે છે.

અત્રે ઉલ્લેખનીય છે કે ભારતમાં શિયાળામાં કફ અને શરદીના વાવર દરમિયાન ચાહમાં આદુ નાખીને અથવા દુધમાં આદુ કે સુંઠના ઉપયોગથી ઉકાળો બનાવી પીવાનો રિવાજ છે. પેટની ગરબડ કે ખરાબી દરમિયાન પણ આદુનો રસ પીવામાં આવે છે (જૂન, ૨૦૧૦).

યુનિટ–૪

દીર્ઘકાલીન માંદગીનું પ્રબંધન

(Management of Chornic Illness)

વિભાગ–૧ : ટૂંકા પ્રશ્નો

નોંધ : આ વિભાગમાંથી પ્રશ્ન–૨ (૧૦ માકર્સ) માટે પૂછાશે.

પ્ર. ૧. જીવનની ગુણવાતા એટલે શું ? જીવનન ગુણવતાનો અભ્યાસ શા માટે કરવો જોઈએ ?

૧.૧ પ્રસ્તાવના :

આપણે જ જીવન જીવીએ છીએ તે કેવું જીવએ છીએ તે મહત્વનું છે. જીવનની ગુણવતા નકકી કરવી જરૂરી છે. જીવનની ગુણવતાનો અભ્યાસ શા માટે કરવો જોઈએ ? તે પ્રશ્ન પણ ખુબ મહત્વનો છે. જીવનની ગુણવતા માટે કેટલાક ધોરણો કે માનાંકો છે. કેટલાક રોગો માટે પણ જીવનની ગુણવતાનું માપન કરવામાં આવે છે.

૧.૨ જીવનની ગુણવતા :

અત્યાર સુધી જીવનની ગુણવતાનો પ્રશ્ન મનોવેજ્ઞાનિક સમસયા તરીકે ઓળખાતો હતો. કેટલા વર્ષ સુધી વ્યકિત જીવે છે તેને લક્ષમાં લઈ જીવનની ગુણવતા નકકી થતી હતી. પરંતુ અહી માંદગીના મનોસામાજિક પરિણામો ધ્યાનમાં લેવાતા નથી.

જીવનની ગુણવતાનું માપન તબીબી રીતે કરાય છે. આ માપન દદી કે તેના સગાંવહાલાંના મૂલ્યાંકન સાથે નિર્બળ રીતે સંબંધ ધરાવે છે. માંદગી અને સારવારના સંશોધનો મુજબ દદી પોતાના જીવનને કઈ રીતે જુએ છે તે અગતયનું છે. દદી પ્રવૃતિ માટે ધમકીરૂપ બને તો પણ જીવનની ગુણવતા માટે ધ્યાનમાં લેવું જોઈએ.

૧.૨.૧ જીવનની ગુણવતા એટલે શું ?

જીવનની ગુણવતા કઈ રીતે નકકી કરવી ? કેટલાક એવા અંગભૂત તત્વો છે જેવા કે શારીરિક કાર્ય, મનોવૈજ્ઞાનિક મોભો (સ્થાન) ના લક્ષણશાસ્ત્રને જીવનની ગુણવતા માટે ધ્યાનમાં લેવાય છે.

જીવનની ગુણવતા માટે કેટલાક ધોરણો કે માનાંકો છે. તે માટે કેટલાક સ્કેલ પણ તૈયાર કરાયા છે, જેનો વ્યાપક ઉપયોગ થાય છે. આવો એક સ્કેલ 'સિકનેસ ઈમ્પેકટ પ્રોફાઈલ' (SIP) છે. જે બગેનેટ, બોબ્બીટ કાર્ટર અને ગીલસોન (૧૯૮૧) દવારા તૈયાર કરવામાં આવ્યા છે. આ સ્કેલ ત્રણ શ્રેણીઓ કે કેટેગરીનું જેમકે શારીરિક, મનોસામાજિક અને અન્ય (ઉંઘ, ભોજન, આનંદપ્રમોદ) કાર્ય માપે છે. SIPના પ્રાપ્તાંકો પ્રત્યે પ્રતિભાવો આપે છે. બીજા એક સ્કેલનું નામ છે 'એકિટવિટીઝ ઓફ ડેઈલી લીવીંગ' (ADL). જેમાં છ કાયોનો સ્વતંત્ર પ્રાપ્તાંક મળે છે. જેમકે સ્નાન કરવું, વસ્ત્ર પરિધન , ગતિશીલતા નિયંત્રણ અને સ્તનપાન. બીજા એક સ્કેલનું નામ છે 'RAND-36-Item Health Survey (1992). આ સ્કેલ શારીરિક અને સામાજિક કાર્ય, શારીરિક સમસ્યાઓને લીધે ભૂમિકાની મર્યાદા,માનસિક સ્વાસ્થ્ય શકિત વગેરેનું માપન કરે છે.

કેટલાક રોગોમાં પણ જીવનની ગુણવતા નું માપન કરાય છે. જેમકે કેન્સર માટે એક સંશોધનિકા તૈયાર કરાઈ છે જેનું નામ છે 'કેન્સર ઈનવેટરી ઓફ પ્રોબ્લેમ સિચ્યુએશન' (૧૯૯૦) તથા કાનોવસ્કી પફોમન્સ સ્કેલ (૧૯૮૪).

૧.૨.૨ જીવનની ગુણવતાનો અભ્યાસ શા માટે ?

જીવનની ગુણવતા ના અભ્યાસ માટે કેટલાક કારણો છે જે નીચે મુજબ છે :

૧. માંદગી કઈ રીતે વયાવસાયિક, સામાજિક અને વ્યકિતગત પ્રવૃતિઓને અસર કરે છે? કઈ રીતે રોજિંદી પ્રવૃતિને અસર કરે છે? આ બધી બાબતો જીવનની ગુણવતા ને સુધારવામાં મહત્વનો આધાર પૂરો પાડે છે.

૨. દદીઓને કયા પ્રશ્નો ઉભા થાય છે તેનો અંગૂલિનિદેશ કરવામાં જીવનની ગુણવતા મદદ કરે છે. જેમકે કેન્સરના દદીઓને જાતીય ક્રિયામાં સમસયા ઉભી થાય છે. બીજા કેટલાક કેન્સરના દદીઓમાં ખિન્નતા સામાન્ય રીતે જોવા મળે છે. આવું જ્ઞાન આપણને તેમના ઉપચારમાં મદદરૂપ બને છે.

૩. જીવનની ગુણવતા ના માપનો સારવારની જીવનની ગુણવતા ઉપર શું અસર કરે છે તેનું જ્ઞાન આપે છે. કેન્સરની સારવાર દદીને નિરાશ કરે તેવી હોય આથી દદીમાં વિપરિત આડઅસરો જોવા મળતી હોય તો મૂલ્યાંકન કરવું જોઈએ કે આ સારવાર રોગ કરતાં પણ વધુ નુકસાનકારક છે કે નહીં ? કેટલીકવાર કોલસ્ટ્રોલ ઘટાડવાની દવાઓ કિડનીને પણ નુકસાન કરે છે.

૪. જીવનની ગુણવતાની માહિતી આપણને જુદીજુદી ઉપચાર પધ્ધતિઓની તુલના કરવાની તકો આપે છે. જેમકે બે ઉપચાર પધ્ધતિઓનો જીવનદર મોટેભાગે લગભગ સમાન છે. પરંતુ એક ઉપચાર પધ્ધતિમાં જીવનની ગુણવતા મહત્વપૂર્ણ રીતે ઘટે છે. આવી માહિતી દદી માટે કઈ ઉપચાર પધ્ધતિ વાપરવી તેના નિર્ણયમાં મહત્વનું માર્ગદર્શન આપે છે.

૫. જીવનની ગુણવતાની માહિતી સંભાળકર્તાઓને નિર્ણય લેવામાં લાંબાગાળાના જીવન અંગે માર્ગદર્શક બની શકે છે. જેમાં ઉચ્ચ કક્ષાની જીવન ગુણવતા શકય હોય તેવા નિર્ણયો લઈ શકાય. આવી માહિતીથી નીતિના ઘડવૈયાઓ વિવિધ દીર્ઘકાલીન રોગોમાં ખર્ચની તુલના કરી શકે. આથી ખ્યાલ આવે કે સારવાર પધ્ધતિ કેટલી મોંઘી અને અસરકારક છે.

દીર્ઘકાલીન રોગોના નિદાન ઉપચાર કે દરમિયાનગીરીમાં માગRદશRન માટે જીવનની ગુણવતાનું માપન ખૂબ જ ઉપયોગી બને છે.

૧.૩ ઉપસંહાર :

આમ, જીવનની ગુણવતા માટે શારીરિક કાર્ય, મનોવૈજ્ઞાનિક મોભાના લક્ષણશાસ્ત્રને ધ્યાનમાં લેવાય છે. દીર્ઘકાલીન રોગના નિદાન, ઉપચાર કે દરમિયાનગીરીમાં માર્ગદર્શન મેળવવા માટે જીવનની ગુણવતાનું માપન ખૂબ જરૂરી છે. જીવનની ગુણવતાના માપનો સારવારની જીવનની ગુણવતા ઉપર શું અસર થાય છે તેનું જ્ઞાન આપે છે.

પ્ર. ૨. દીર્ઘકાલીન માંદગીના આવેગકીય પ્રતિભાવ તરીકે ઈન્કારને સમજાવો.

૨.૧ પ્રસ્તાવના :

દીર્ઘકાલીન માંદગી ખૂબ લાંબા સમય સુધી ચાલે છે. આથી માનવીની લાગણી, આવેગો ઉપર દીર્ઘકાલીન માંદગી અસર કરે છે. દીર્ઘકાલીન માંદગીના આવેગકીય પ્રતિભાવ તરીકે ઈન્કાર એ મહત્વની બચાવપ્રયુક્તિ છે. જેના વડે લોકો માંદગીના સૂચિતાર્થોને ટાળે છે. તેઓ એવી રીતે વર્તે છે, જાણે કે તીવ્ર માંદગી છે જ નહી.

૨.૨ દીર્ઘકાલીન માંદગીના આવેગકીય પ્રતિભાવ :

માનવીની લાગણી ઉપર માંદગી અસર કરે છે. જેમકે માંદો માણસ વારંવાર ચિડાઈ જાય છે. દીર્ઘકાલીન રોગો દદીની જિંદગીના તમામ પાસાંઓને અસર કરે છે. તીવ્ર રોગોમાં કામચલાઉ રીતે પહેલો તબકકો હોય છે. જયારે બધી જ જીવન પ્રવૃતિઓમાં શારીરિક, ધંધાકીય અને સામાજિક પ્રવૃતિઓમાં કાયમી ફેરફારો લાવે છે.

દીર્ઘકાલીન રોગનું નિદાન થાય એટલે દદીઓએ કટોકટીની અવસ્થામાં શારીરક, સામાજિક અને મનોવૈજ્ઞાનિક અસમતુલામાંથી પસાર થાય છે. દદીને લાગે છે કે દીર્ઘકાલીન માંદગીની સમસયાઓને પહોંચી વળવા તેમની ટેવો બાધારૂપ નિવડે છે.

પ્રસંગોપાત રીતે દીર્ઘકાલીન માદગીનો કટોકટીનો તબકકો પસાર થાય છે અને દદીઓ એવી સમજ વિકસાવે છે કે દીર્ઘકાલીન માંદગી તેમના જીવનમાં પરિવર્તન લાવશે.

૨.૨.૧ ઈન્કાર :

દીર્ઘકાલીન માંદગીનું નિદાન વ્યકિતને આંચકો આપે છે. જેમકે કોઈ અચાનક કહે કે તમારી લોહીની નળીઓ 'બ્લોક' થઈ ગઈ છે તો શું થાય ? થોડીક મિનિટસમાં દરેક વસ્તુ એકાએક બદલાઈ જાય છે. દરેક આયોજન આવતીકાલે શું કરવું, બાકીની જિંદગીમાં શું કરવું તેમાં બદલાવ લાવે છે. જેમકે ડોકટર કહે કે 'ડાયાબિટીસ' છે એટલે ગળ્યું ખાવાનું બિલકુલ બંધ . આ નિદાન એટલું બધું ઉન્મખતાયુકત હોય છે કે વ્યકિત માટે તરત જ જરૂરી પરિવર્તનના ઉંડાણનો તાગ મેળવવો અશકય બની જાય છે.

કેટલાય દિવસો અને અઠવાડિયાઓ સુધી વ્યકિત સવાલોને પહેલાં શું કરવું અને પછી શું કરવું જેવી સવાલોની યોગ્ય શ્રેણીમાં ગોઠવે છે. મગજમાં વારંવાર આયોજન બદલાયા કરે છે. અનેક નવા મુદાઓને ખોટી મુશ્કેલીઓમાં રોકાયેલા અને સારવારના ક્ષેત્રમાં અને મર્યાદા અંગે અસમર્થ બનાવે છે. આ લાગણીઓ સાથે પ્રારંભિક લાગણીઓએ ઈન્કાર અને વ્યગ્રતા છે.

૨.૨.૨ ઈન્કાર કરવો એટલે શું ?

ઈન્કાર કરવો એ એક જાતની બચાવપ્રયુકિત છે, જેના વડે લોકો માંદગીના સૂચિતાર્થોને ટાળે છે. તેઓ તીવ્ર માંદગી છે જ નહી તેવી રીતે વતે છે. અમુક

કિસ્સાઓમાં દદી પોતાને માંદગી છે તેનો ઈન્કાર કરે છે. ઈન્કાર એ પૂર્ણ આવિષ્કારની વાસ્તવિકતા અને વિકૃતીના સૂચિતાર્થો પૂર્વચેતનમાં વાસ્તવિકતાના સ્વીકારમાં અંતરાય ઉભો કરે છે. ઈન્કાર દીર્ઘકાલીન માદગીની સામાન્ય પ્રતિક્રિયા છે જે રદયના રોગીઓમાં જોવા મળે છે.

૨.૨.૩ ઈન્કાર સારો છે કે ખરાબ છે ?

પહેલાં ઈન્કાર એ આદિ અને અંતિમ રીતે અસફળ બચાવપ્રયુકિત તરીકે વિચારતો હતો. ઈન્કાર વ્યગ્રતાને થોડા સમય માટે ઢાંકી દે છે. ઈન્કાર એ કયારે લાભકારક છે અને કયારે લાભકારક નથી ? આનો જવાબ માંદગીના તબકકા, જેમાં દદી ઈન્કાર દર્શાવે છે અને સંશોધકનું ધોરણ , જે સમાયોજનના માપનમાં ઉપયોગી છે. લક્ષણો અંગેના સૂચિતાથોમાં તે યોગ્ય સારવારની શોધ માટે અવરોધક કાર્ય તરીકે વર્તે છે.

માદગીના નિદાન પછી તરત જ માંદગીના તીવ્ર તબકકા દરમિયાન ઈન્કાર એ રક્ષણાત્મક કાર્ય બજાવે છે. તે દદીને એવી અવધિમાં રાખે છે કે જયારે દદીમાં માંદગીની સમસ્યાઓ પૂર્ણ સ્વરૂપમાં ઉભી થઈ હોય છે, જયારે તે તેને પહોંચી વળવા માટે ઓછો શકિતમાન હોય છે. રદય સ્નાયુઓને ઈજાવાળા દદીઓના એક અભ્યાસમાં શોધી કાઢયું કે ઉંચી કક્ષાનો ઈન્કાર એ થોડાક દિવસો માટે 'ઇન્ટેનસીવ કેર' (ICU) સાથે તથા રદયની નલિકામાં ગાંઠ જામવાના કેટલાક ચિહનો સાથે સંકળાયેલો હતો. ઈન્કાર એ દુઃખદાયક ચિહનો અને સારવારની અવળી અસરોને ઘટાડે છે. ઈન્કાર એ દીર્ઘકાલીન માંદગી સાથેના ભયને છૂપાવે છે.

માંદગીના પુનર્વસનના તબકકા દરમિયાન ઈન્કાર ની અવળી અસરો હોય છે. તે જરૂરી માહિતી મેળવવાની શકિતમાં દખલ કરે છે અને તે દદીની સારવાર અને સ્વ–સંચાલનના કાર્યક્રમને પણ દખલ પહોંચાડે છે. MIદદીઓમાં ઈન્કારના પ્રારંભિક

લાભો જોવા મળ્યા. ઉંચી કક્ષાના ઈન્કારવાળા તેમની સારવારની પધ્ધતિને ચુસ્ત રીતે વળગી રહેતા ન હતા અને હોસ્પિટલમાં ફરી દાખલ થવા માટે તેમને વધારે દિવસોની જરૂર હતી. જે સૂચવે છે કે ઈન્કાર એ તેમની પરિસ્થિતિના લાંબાગાળાના સફળ નિયંત્રણ માં દખલ પહોંચાડતા હતા.

જયારે દદીઓ સાપેક્ષ રીતે સારવારની પધ્ધતિમાં સક્રિય રીતે સંકળાયેલા હોય છે. એટલે કે તેમની પ્રવૃતિઓનું વાસ્તવિક રીતે મૂલયાંકન કરી શકે અને તેમની દવાઓ અને નીવનશેલીમાં ફેરફારનું પાલન કરી શકે. અહીં ઈન્કાર એ અંતરાયરૂપ બને છે. આમ છતાં જે દદીઓએ સારવારની પધ્ધતિઓનું અનુસરણ કર્યું ન હતું તેમને ઈન્કાર એ મનોવૈજ્ઞાનિક રીતે રક્ષણ આપવામાં મદદરૂપ બને છે.

આમ, ઈન્કાર દદીઓને માંદગીની આવેગકીય પ્રતિક્રિયાઓને નિયંત્રણ માં લાવવા માટે મદદરૂપ બને છે. પરંતુ તે દીની શકિતને દખલ પહોંચાડે છે અને તેમની પરિસ્થિતિને નિયમનમાં રાખવાની શકિતને મુશ્કેલીમાં મૂકે છે. આ ઉપરાંત સારવારમાં પહેલ કરવામાં અને તેને અનુસરવામાં ઈન્કાર મુશ્કેલી ઉભી કરે છે.

૨.૩ ઉપસંહાર :

આમ, દીર્ઘકાલીન માંદગીના આવેગકીય પ્રતિભાવમાં ઈન્કાર એ મહત્વનું ઘટક છે. ઈન્કાર કરવો એ એક જાતની બચાવપ્રયુકિત છે. ઈન્કાર વ્યગ્રતાને થોડા સમય માટે ઢાંકી દે છે. માંદગીના નિદાન પછી તરત જ માંદગીના તીવ્ર તબકકા દરમિયાન ઈન્કાર એ રક્ષણાત્મક કાર્ય બજાવે છે.

પ્ર. ૩. દીર્ઘકાલીન માંદગીના આવેગકીય પ્રતિભાવો તરીકે ખિન્નતાને સમજાવો.

૩.૧ પ્રસ્તાવના :

દીર્ઘકાલીન માંદગીના આવેગકીય પ્રતિભાવો તરીકે ખિન્નતા એ મહત્વનું ઘટક છે. ખિન્નતા દરેક વ્યકિતને સતાવતી હોય છે. માંદગી અને સારવાર અંગેની

ખિન્નતા એ દીર્ઘકાલીન દદીઓ અને વૃધ્ધોમાં આપઘાત સાથે સંકળાયેલી છે. માંદગીની તીવ્રતા જેમ વધે છે તેમ ખિન્નતા પણ વધે છે.

૩.૨ ખિન્નતા :

ખિન્નતા એ દીર્ઘકાલીન માંદગી પ્રત્યેની સામાન્ય પ્રતિક્રિયા હોય છે. દીર્ઘકાલીન માંદગીવાળા ૧/૩ રોગીઓ ખિન્નતાનો થોડોક લક્ષણો ધરાવે છે અને ૧/૪ તીવ્ર ઋખન્નતાથી પીડાય છે (એલ. મુડી અને અન્ય, ૧૯૯૦ાઉ

સંશોધન મુજબ ખિન્નતા સમાયોજનની પ્રક્રિયામાં ઈન્કાર કે તીવ્ર વ્યગ્રતા કરતાં થોડાક સમય પછી આવે છે. આમ છતાં તે એકાંતરે ઉભી થાય છે. સ્ટ્રોક, કેન્સર અને રદયરોગના દદીઓમાં ખિન્નતાનો ઉંચો દર જોવા મળે છે.

ખિન્નતા એ દીર્ઘકાલીન માંદગી પ્રત્યેની વિલંબિત પ્રતિક્રિયા હોઈ શકે. માંદગીના સૂચિતાર્થોને સમજવામાં સમય લાગે છે.

૩.૨.૧ ખિન્નતાની અર્થપૂર્ણતા :

ખિન્નતા એ ફકત તેના દવારા ઉદભવેલ વ્યથા માટે જ અગત્યની નથી, પરંતુ તેની રોગલક્ષણો ઉપર અસર હોય છે અને પુનર્વસનના ભાવિ કે પુનઃ સાજા થવા ઉપર પણ અસર કરે છે. ખિન્ન સ્ટ્રોકના દદીઓને હોસ્પિટલમાં લાંબો સમય રહેવું પડે છે. તેઓ પુનર્વસન માટે ઓછું પ્રેરણ બતાવે છે. તેઓ પુનર્વસનના લાભોની ઓછી જાણકારી કરે છે અને તેઓ જીવનની ગુણવતાને ઓછી મેળવે છે.

માંદગી અને સારવારની ન્નિતા એ દીર્ઘકાલીન દદીઓ અને વૃધ્ધોમાં આપઘાત સાથે સંકળાયેલી છે. જેમકે છમાંથી એક ૬૦ વર્ષથી મોટી ઉંમરનો ડાથાબિટિસનો દદી સારવાર બંધ કરે છે. આથી તે મુત્યુ પામે છે . કેન્સરના દદીઓમાં આપઘાતનો દર એ માંદા ન હોય તેવા કરતાં દોઢ ગણો વધારે હોય છે. કદાચ સૌથી

અગત્યનું એ છે કે દીર્ઘકાલીન માંદગી ધરાવતા દદીઓમાં ઉદાસીનતા એ મુત્યુ માટેનું મહત્વનું જોખમી ઘટક છે.

૩.૨.૨ ખિન્નતાનું મૂલ્યાંકન કરવું :

ખિન્નતાનું મૂલ્યાંકન કરવું એ દીર્ઘકાલીન માંદા વ્યકિત માટે સમસ્યારૂપ છે. ખિન્નતાના થાક, અનિંદ્રા, વજન ગુમાવવું વગેરે જેવા કેટલાક લક્ષણો છે. આ લક્ષણો રોગલક્ષણો કે સારવારની આડઅસરો હોઈ શકે.જેમકે ખિન્નતાવાળા સ્ટ્રોકના દદીઓના એક અભ્યાસ મુજબ આમાંના ૧/૩ જેટલા દદીઓ ખિન્નતા સંબંધી સારવાર માટે મોકલવામાં આવ્યા હતા.આ મુદદાઓ માંદગી માટે સમસ્યારૂપ છે અને ખાસ કરીને મગજના કાર્યને અસરકર્તા છે. ખાસ કરીને દીર્ઘકાલીન માંદગીવાળા લોકોની ખિન્નતાનું યોગ્ય નિદાન કરવામાં અને સારવાર કરવામાં કોઈ ચોકકસ ધોરણો નથી. રોગોની સારવારમાં ખિન્નતાની સારવાર થતી નથી. કારણ કે ઘણા લોકો માને છે કે દીર્ઘકાલીન માંદગીના નિદાન પછી દદી ખિન્ન થવાનો સંભવ છે.

૩.૨.૩ કોણ ખિન્ન બને છે ?

માંદગીની તીવ્રતા સાથે ખિન્નતા વધે છે. દર્દ અને અશકિતને આધારે ખિન્નતાની આગાહી કરાય છે. શારીરક નબળાઈ અને ખિન્નતા વચ્ચે પરસ્પર સ્થિર સંબંધો છે.

માંદગી સાથે ન સંકળાયેલા કનાવોના પ્રતિધાવમાં ખિન્નતા ઉદભવે છે. દીર્ઘકાલીન રીતે માંદા દદીઓ જે સાવ અલગ જીવનનો અનુભવ કરે છે. તે સામાજિક મનોભાર અને સામાજિક ટેકાનો અભાવ અનુભવે છે. તેઓ ઉંચી કક્ષાની ખિનનતાનો ભોગ બને છે.

શારીરિક ઘટકો એ દીર્ઘકાલીન દર્દમાં ખિન્નતાની સારી રીતે આગાહી કરે છે. જેમકે સ્ટ્રોકના એક અભ્યાસમાં જોવા મળ્યું કે સ્ટ્રોકને લીધે શરૂઆતના છમહિનામાં

ખિન્નતાની આગાહી કરી શકાય . ત્યારબાદ બોધાત્મક અશકિત, શારીરિક અશકિત અને દવાઓની અવળી અસરો એ ખિન્નતાના પ્રબળ આગાહી દર્શકો છે.

વર્તમાન સમયમાં બોધાત્મક વૈવિધ્ય અને વાર્તનિક દરમિયાનગીરીઓને ખિન્નતા સાથે કામ પાર પાડવા માટે વિકસાવવામાં આવી છે. જ દીર્ઘકાલીન માંદગીને સાથ આપે છે. જે ખિન્ન લોકોને બોધાતમક થેરાપી અપાય તો કંઈક અંશ વધારે સફળ બને છે.

૩.૩ શું આવેગકીય સમાયોજનને ત્રણ તબકકા હોય છે :

ઘણા દદીઓ માંદગી વખતે તીવ્ર આવેગિક પ્રીતભાવો અનુભવે છે. કેટલાક પ્રીતભાવો પ્રારંભમાં અનુભવાય છે, કેટલાક પછીથી અનુભવાય છે. જે કેટલાક વધારે સામાન્ય છે. જોકે આમ છતાં આ તબકકાઓનાસમૂહનું વર્ણન કરવાનો પ્રયાસ અસફળ બન્યો છે. જોકે પારંભમાં દદીઓમાં ઈન્કાર એ સામાન્ય છે. આમ છતાં તે સમાયોજનની પક્રિયામાં એકાંતરે હોઈ શકે છે. જોકે ખિન્નતા એ તીવ્ર માંદગીનો તબકકો પૂરો થાય નહીં ત્યાં સુધી દેખાતી નથી. આમ છતાં કેટલાક તીવ્ર માંદા દદીઓ ખિન્ન પણ હોય છે.

૩.૪ ઉપસંહાર :

આમ, ખિન્નતા એ સમાયોજનની પ્રક્રિયામાં ઈન્કાર કે તીવ્ર વ્યગ્રતા કરતાં થોડાક સમય પછી આવે છે. દર્દ અને અશકિતને આભારે ખિન્નતાની આગાહી કરાય છે. માંદગી સાથે ન સંકળાયેલા બનાવોના પ્રતિભાવમાં ખિન્નતા ઉદભવે છે. શારીરિક ઘટકો દીર્ઘકાલીન દર્દમાં ખિન્નતાની સારી રીતે આગાહી કરે છે.

પ્ર. ૪. દીર્ઘકાલીન માંદગીને પહોંચી વળવાની વ્યૂહરચનાઓ સમજાવો.

૪.૧ પ્રસ્તાવના :

દીર્ઘકાલીન માંદગીને પહોંચી વળવા માટે વ્યૂહરચના નકકી કરવી પડે છે. દીર્ઘકાલીન માંદગી થાય પછી મને પહોંચી વળવાની રીતો એ બીજા તીવ્ર મનોભારજનક બનાવો જેવી જ છે. માંદગીને પહોંચી વળવાની અનેક વ્યૂહરચનાઓ છે.

૪.૨ દીર્ઘકાલીન માંદગીને પહોંચી વળવાની વ્યૂહરચનાઓ :

દીર્ઘકાલીન માંદગીનું નિદાન થયા પછી તેને પહોંચી વળવાની રીતો એ બીજા તીવ્ર મનોભારજનક બનાવોને પહોંચી વળવા જેવી જ છે. દીર્ઘકાલીન રોગનું ધમકીરૂપ મૂલ્યાંકન કે પડકારરૂપ મૂલ્યાંકન એ મનોભારને પહોંચી વળવાના પંયત્નો તરફ દોરી જાય છે.

એક અભ્યાસમાં કેન્સરના દદીઓ લેવામાં આવ્યા અને તેમને કેન્સરનું એવું પાસું જે સૌથી વધારે મનોભારજનક છે, તે વિશે પૂછવામાં આવ્યું.નિષ્કષો દર્શાવે છે કે ભાવિનો ભય અને અચોકકસતા એ સૌથી વધારે સામાન્ય હતા (૪૧%). તે શારીરિક શકિત, દેખાવ અને જીવનશૈલીની મર્યાદાઓને અનુસરતા હતા (૨૪%) નયારે પીડા સંચલનમાં કેટલાક (૧૨%) હતા. ત્યારબાદ દદીઓને સમસ્યા ઉકેલ માટે પહોંચી વળવાની વ્યૂહરચનાઅંગે પૂછવામાં
આવ્યું હતું.

સંશોધનમાં જે વ્યૂહરચનાઓ ઓળખી કાઢવામાં આવી તે મનોભારજનક બનાવો સાથે વર્તવામાં ઉપયોગમાં લેવાની રીતો જેવી જ હતી. આમાં કેટલાક તફાવતો એવી હકીકત દર્શાવે છે કે કેટલાક દીર્ઘકાલીન રોગો જેવા કે કેન્સર નિયંત્રણ ન કરી શકાય તેવા હોય છે અને તેમની સક્રિય પહોંચી વળવાની વ્યૂહરચનાઓનો સીધી રીતે ઉપયોગ કરાતો નથી.

૧. કઈ પહોંચી વળવાની વ્યૂહરચના કાર્યશીલ બને છે :

માંદગીને પહોંચી વળવનની અનેક વ્યૂહરચનાઓ છે. કોઈ એવી પહોંચી વળવાની વ્યૂહરચના છે જે દીર્ઘકાલીન માંદા વ્યકિતને મનોવૈજ્ઞાનિક અને સમાયોજન માટે સરળતા બક્ષે છે ? બીજા મનોવૈજ્ઞાનિક બનાવોની બાબતમાં સાચું છે. સમસ્યાને ટાળવાની વ્યૂહરચના એ મનોવૈજ્ઞાનિક વ્યથાને વધારે છે અને તેથી માંદગી પ્રત્યે પ્રતિક્રિયા માટે જોખમી ઘટક બની શકે છે.

આની વિરુધ્ધ સક્રિય વ્યૂહરચના એ મલ્ટીપલ (બહુવિધ) સ્કલેરોસિસ સાથે મારા સમાયોજનની આગાહી કરે છે. સંશોધનમાં શોધાયું કે નીચી કક્ષાની મનોવૈજ્ઞાનિક વ્યથા એ વિધાયક અને સામનો કરવાના પ્રતિભાવ સાથે સંકળાયેલી છ, જેમાં ઉચું આંતરિક સ્થાન નિયંત્રણ હોય છે.

જે લોકો બહુવિધ વ્યૂહરચનો ઉપયોગ કરે છે તેઓ પૂર્વ વર્ચસ્વયુકત પહોંચી વળવાની રીત કરતાં વધારે સારી રીતે દીર્ઘકાલીન માંદગીને પહોંચી વળે છે.

દીર્ઘકાલીન માંદગીના વ્યવસ્થાપન માટે કઈ પહોંચી વળવાની રીતો એ સૌથી ઉતમ રીતો એ સૌથી ઉતમ રીતે કાર્યશીલ બનશે ? આ બાબત ખૂબ સંકુલ છે. જે મનોભારજનક બનવાના કયા પાસાં ઉપર વ્યકિત વ્યૂહરચના અપનાવે છે તેના ઉપર આધારિત છે. તમે સારા વ્યૂહરચનાવાદી છો અુવું પોતાને નિહાળો તો પણ દીર્ઘકાલીન માંદગી સાથેનું તમારું સમાયોજન સુધરે છે.

૪.૩ ઉપસંહાર :

આમ, સંશોધનમાં જે વ્યૂહરચનાઓ ઓળખી કઢાઈ તે મનોભારજનક બનાવો સાથે વર્તવામાં ઉપયોગમાં લેવાની રીતો જેવી જ હતી. સક્રિય વ્યૂહરચના, બહુવિધ વ્યૂહરચના વગેરે જેવી વ્યૂહરચનાનો ઉપયોગ થાય છે.

પ્ર .પ. દીર્ઘકાલીન માંદગી અંગે દદીની માન્યતાઓ જણાવો.

પ.૧ પ્રસ્તાવના :

દીર્ઘકાલીન માંદગી ધરાવનાર દદી અલગ અલગ માન્યતાઓ ધરાવે છે. ખાસ કરીને દદી માંદગીના સ્વરૂપ અંગે અલગ અલગ માન્યતાઓ ધરાવ છે. માંદગીના કારણો અંગેની માન્યતાઓ પણ દદી ધરાવે છે. માંદગીની નિયંત્રણ શકિત અંગેની માન્યતાઓ પણ ધરાવ છે.

પ.૨ દીર્ઘકાલીન માંદગી અંગે દર્દીની માન્યતાઓ :

દદીઓ જો સંતોષજનક રીતે દીર્ઘકાલીન માંદગી સાથે સમાયોજન સાધવાનું હોય તો તેઓએ તેમની માંદગીને જીવનનો એક ધાગ બનાવવો જોઈએ.જેમકે ડાયાબિટીસને મિત્ર બનાવી શકાય. ગુણાત્મક રીતે બધી જ દીર્ઘકાલીન માંદગીઓને લીધે કેટલીક માત્રામાં પ્રવૃતિ માં ફેરફાર લાવવો પડે છે. જેમકે દદીને દમ હોય તો ખૂબ ઠંડીમાં સવારે બહાર નીકળી ન શકે. સ્ટ્રોક અને રદયરોગના દદીએ પ્રવૃતિમાં ફેરફાર લાવવો પડે છે.

જે દદીઓ પોતાની જિંદગીમાં માંદગીનો સમાવેશ કરતાં નથી તેઓ સારવારની પધ્ધતિઓને અનુસરવામાં નિષ્ફળ જાય છે અને સારવારને અનુસરતા નથી અને રોગને વધુ ખરાબ બનાવે છે. આથી પ્રથમ આવા લોકોએ પોતાની માંદગી અંગે વાસ્તવિક સમજ વિકસાવવી જોઈએ અને પછી તેની વ્યૂહરચના માટે પ્રયાસ કરવો જોઈએ.

૧. માંદગીના સ્વરૂપ અંગેની માન્યતાઓ :

દીર્ઘકાલીન માંદગી સાથેના સમાયોજનમાં ઉભા થતા પ્રશ્નોમાંનો એક પ્રશ્ન એ દદી તેની વિકૃતિઓનું અયોગ્ય 'મોડેલ' અપનાવે તે છે. તીવ્ર મોડેલ, જેમકે ઉચા લોહીના દબાણવાળા દદીઓ ખોટી રીતે માને છે કે તેઓ બરાબર છે. તેમને દવાની જરૂર

નથી. તેમનું લોહીનું ઉંચું દબાણ નિયંત્રણમાં છે. ડાયાબિટીસવાળો દદી માને છે કે મને મીઠાઈ ખાવાથી કશું નહીં થાય. તેઓ પોતાની પરિસ્થિતિઓનું નિયમન મેળવવામાં નિષ્ફળ જાય છે. આમ તંદુરસ્તી સંભાળના સહાયકો માટે વારંવાર એ અગત્યનું છે કે દદીના માંદગી અંગેના અર્થઘટન અંગે પૂર્વ પ્રશ્નો પૂછે, જેથી ગેરસમજ દૂર થાય. આવી ગેરસમજ સ્વ–સંચાલનમાં દખલરૂપ બને છે.

૨. માંદગીના કારણો અંગેની માન્યતાઓ :

તીવ્ર અને દીર્ઘકાલીન માંદગીથી પીડાતા લોકો તેમની માંદગી માટે સિધ્ધાંતો વિકસિત કરે છે, જેમાં મનોભાર, શારીરિક ઈજા, રોગના કારણરૂપ બેકટેરિયા અને ભગવાનની ઈચ્છાનો સમાવેશ થાય છે. તેમાં વધુ અર્થપૂર્ણતા એ છે કે દદીઓ છેલલે તેમની માંદગી માટે તેમને દોષિત ગણે છે. દીર્ઘકાલીન માંદગી માટે પોતાની બેદરકારીને લીધે માંદગી થઈ એવું માને છે. મોટાભાગના કિસ્સાઓમાં જયારે રોગ એ જનીનશાસ્ત્રીય હોય ત્યારે દદીનો સ્વ–દોષ એ નબળી રીતે સ્થાનીક<ત થયો હોય છે. જેમકે ડાયાબિટીસવાળા મા–બાપના પુત્રને ડાયાબિટીસ થાય ત્યારે તે પોતાને ખૂબ દોષિત ગણતો નથી.

કેટલાક સંશોધકોએ શોધી કાઢયું કે સ્વ–દોષ એ અપરાધ, દોષ કે ખિન્નતા તરફ દોરી જાય છે. સ્વ–દોષિત દદીઓ તેમની માંદગી સાથે નબળી રીતે સમાયોજિત થયા હોય છે.

બુલમાન અને વોટમાને (૧૯૭૮) શોધ્યું છે કે જે દદીઓને કરોડરજજુની ઈજાઓ થઈ હોય જેઓ સંજોગો માટે પોતાની જવાબદારી લે છે કે જેનાથી તેમને ઈજા પહોંચી છે. આથી તઓ વધુ સમાયોજિત થાય છે. બીજા સંશોધકો સૂચવે છે કે સ્વ–દોષ એ પ્રતિઅનુકૂલિત કે અનુકૂલિત નથી. નસીબ અને સમાયોજનને કોઈ સંબંધ નથી.

આમ છતાં સંશોધનો સૂચવે છે કે પોતાની વિકૃતી માટે બીજાને દોષ દેવો એ પ્રતિઅનુકૂલિત બાબત છે.

૩. માંદગીની નિયંત્રણ શકિત અંગેની માન્યતાઓ :

કેટલાક મતે તેઓ માંદગી ઉપર કાબુ મેળવી શકશે તો કેટલાકના મતે તેઓ આવું કરી શકશે નહી. દદીઓ પોતાના નિયંત્રણ અંગેની માંદગી સંબંધી અનેક માન્યતાઓ વિકસાવે છે. જેમકે કેન્સરનો દદી માને છે કે આ રોગનો પુનઃ ઉદભવ એ સારી તંદુરસ્તીની ટેવોથી અટકાવી શકાય. તેઓ માને છે કે સારવાર અને ડોકટરની ભલામણોનું પાલન થવું જોઈએ. તેને લીધે માંદગી ઉપર તેઓ આડકતરી રીતે નિયંત્રણ મેળવે છે.

મનોવૈજ્ઞાનિક નિયંત્રણની લાગણી એ સારા માનસિક કાયો માટે લાભદાયક હોઈ શકે. સમાયોજનમા આવી લાગણીઓ મદદરૂપ થઈ શકે છે. સંશોધન મુજબ નિયંત્રણની માનયતા અને સ્વ– અસરકારકતાની સમજ એ સામાન્ય રીતે અનુકૂલનાત્મક છે. જેમકે કેન્સરના દદીઓ માનતા હતા કે તેમનું તેમના દર્દ ઉપર નિયંત્રણ છે. આમ નિયંત્રણ એ તીવ્ર દર્દ અને સારવારને જ પહોંચી વળવા માટે જ મદદગાર નથી, પરંતુ લાંબાગાળાની અશકિત જે દીર્ઘકાલીન માંદગીમાંથી પરિણામે છે, તેના માટે પણ મદદકર્તા છે.

એવો એક અનુભવ છે કે સ્વ–અસરકારકતાના અનુભવનું નિયંત્રણ એ જીવનને લંબાવે છે. એવા દદીઓ જે ફે.સાંના રોગથી પીડાય છે, તેઓને સ્વ–અસરકારકતાની અપેક્ષાને લીધે જેમને આવી અપેક્ષાઓ ન હતી, તેના કરતાં વધુ લાંબુ જીવન જીવ્યા હતા.

૫.૩ ઉપસંહાર :

આમ, દીર્ઘકાલીન માંદગી સાથેના સમાયોજનમાં ઉભા થતા પ્રશ્નોમાંનો એક પ્રશ્ન એ દદી તેની વિકૃતિઓનું અયોગ્ય 'મોડેલ' અપનાવે તે છે.તીવ્ર અને દીર્ઘકાલીન માંદગીથી પીડાતા લોકો તેમની માંદગી માટે સિધ્ધાંતો વિકસિત કરે છે.

પ્ર. ૬ દીર્ઘકાલીન માંદગીની વ્યકિતગત સમસ્યાઓ સમજાવો.

૬.૧ પ્રસ્તાવના :

દીર્ઘકાલીન માંદગીની કેટલીક વ્યકિતગત સમસ્યા છે. વ્યકિતને કોઈ દીર્ઘકાલીન માંદગી થાય તો તેનાથી તેના સ્વ–ખ્યાલ, સ્વ–ગૌરવને અસર થાય છે. જેમકે રદયરોગી દદી ખૂબ ઠંડી કે ખૂબ ગરમીમાં મુશ્કેલી અનુભવે.આમ વ્યકિતના સ્વ–ખ્યાલ ઉપર અસર થાય છે. વ્યકિતગત સમસ્યાઓ નીચે મુજબ છે.

૬.૨ દીધકાલીન માંદગીની વ્યકિતગત સમસ્યાઓ :

મનોવેજ્ઞાનિકો સ્વ–ખ્યાલને વ્યકિતનો પોતાના વિશેનો ખ્યાલ ગણે છે. જે સ્થિર હોય છે અને પોતાના ગુણોના સૂહ વિશેની માન્યતા તેમાં સમાવિષ્ટ છે. સ્વગૌરવ એ સ્વ–ખ્યાલના સામાન્ય મૂલ્યાંકન સાથે સંબંધ ધરાવે છે.જેમકે વ્યકિત પોતાના ગુણો કે ગુણલક્ષણો માટે સારા કે ખરાબ હોવાનો ભાવ અનુભવે છે.

કેટલાક સંજોગો જેમકે દીધRકાલીન માંદગી, સ્વ–ખ્યાલ અને સ્વ–ગૌરવમાં ધરખમ ફેરફારો ઉભા કરે છે. આવા કેટલાક ફેરફારો કામચલાઉ હોય છે અને કેટલાક કાયમી હોય છે. કેટલાક શોગોમાં માનસિક ક્ષતિ કે નુકસાન થાય છે. સ્વ–ખ્યાલ એ પોતાના જીવનના ઘણા પાસાં અંગેના સંયુકત સ્વ– મૂલયાકનોનો સમૂહ છે. જેમાંના કેટલાક રોગની પ્રક્રિયા સાથે સંબંધ ધરાવે છે. આ પાસાંમાં શરીર પ્રતિમા, સિધ્ધિ, સામાજિક કાર્ય અને ખાનગી સ્વનો સમાવેશ થાય છે.

૧. શારીરિક સ્વ :

શરીરપ્રીતમા એ વ્યકિતનું શારીરિક કાર્ય અને દેખાવનું પ્રત્યક્ષીકરણ અને મૂલ્યાંકન છે. હોસ્પિટલમાં દાખલ દદીઓના અભ્યાસો દર્શાવે છે કે માંદગી દરમિયાન શરીર પ્રતિમાને હાનિ પહોંચે છે. શરીરના અસરગ્રસ્ત ભાગને નકારાત્મક તરીકે નિહાળવામાં આવે છે.આમ છતાં સમગ્ર શરીર પ્રતિમા નિષેધક પૂર્વાભાસ ધારણ કરે છે. જે દદીઓ ખરેખર માંદા હોય છે તેમની શરીર પ્રતિમા બદલાય છે. આવા પરિવતનો ટૂંકાગાળના હોય છે. આમ છતાં દીધકાલિન રોગોમાં નિષેધક મૂલ્યાકનો લાંબા સમય સુધી ટકે છે.

ચહેરાની વિકતિ આમાં અપવાદ છે. કેટલાક દદીઓના ચહેરા વિકત થઈ ગયા હોય તેઓ પોતાના પરિવતિત દેખાવને સાચી રીતે સ્વીકારતા નથી. તેની શરીર પ્રતિમામાં તકલીફ ઉભી થાય છે. તે લાંબાગાળા સુધી અસર કરે છે. આના બે કારણો છે.

૧. વ્યકિતનો ચહેરો તેના વ્યકિતત્વ સાથે સંકળાયેલો છે. ચહેરામાં વિકૃતિ કે કુરૂપતા આવે તો દદીઓ પોતે અને અન્ય લોકો તેને તે રીતે નિહાળે છે.

૨. ચહેરાની વિકૃતિ કે કુરૂપતા ઢાંકી શકાતી નથી. તમામ વ્યકિતઓ તેને જોઈ શકે છે. આથી લોકો તેના પ્રત્યે ધૃણા દશાવે છે.

શરીર પ્રતિમા માટે ઉભી થયેલી ધમકીની માત્રા જે દીર્ઘકાલીન માદગીને લીધે ઉદભવલી હોય છે. દદીની અગાઉની શરીર પ્રતિમા , શરીરને થયેલા નુકશાનનું પ્રમાણ માંદગી કે ઈજા પછી કરી શકાતી પ્રવૃતિનું સ્તર વગેરે અગત્યના છે. કેટલીક સારવાર પધ્ધતિઓ શારીરિક દેખાવમાં વિકૃતિ લાવે છે અને શરીર પ્રતિમાને નુકશાન પહોંચાડે છે.

વ્યકિતની શરીર પ્રતિમા કાયમી કુરૂપતા કે વિકૃતિને લીધે કે પછી તીવ્ર રોગોને લીધે પ્રભાવિત થાય છે. તેમાં સુધારો લાવવા માટે દેખાવ અને તંદુરસ્તીના પાસાં ઉપર ભાર મૂકવો જોઈએ. શારીરિક દેખાવના અન્ય પાસાંમાં થતો સુધારો શારીરિક પ્રતિમાને થતા નુકશાનને ઘટાડી શકે છે.

૨. સિધ્ધિ મેળવનાર સ્વ :

વ્યાવસાયિક અને બિનવ્યાવસાયિક પ્રવૃતિઓમાં સિધ્ધિ એ સ્વ–ગૌરવ અને સ્વ–ખ્યાલમાં મહત્વનું પાસું છે. ઘણા લોકો તેમના વ્યવસાય કે કારકિર્દીમાંથી સંતોષ મેળવી લે છે. કેટલાક તેમના શોખ અને ફુરસદની પ્રવૃતિમાંથી આનંદ મેળવે છે. દીર્ઘકાલીન માંદગી કેટલીક હદે મૂલ્યવાન એવા સ્વ અને સ્વ–ખ્યાલ માટે ધમકીરૂપ બને છે તેટલી હદે તેને નુકશાન તાય છે. જયારે કાર્ય અને શોખને કોઈ ધમકી મળતી નથી ત્યારે દદી સ્વ–ગૌરવ માટે સંતોષના સ્રોત શોધી કાઢી તેને નુકશાનતી બચાવે છે.

૩. સામાજિક સ્વ :

સામાજિક સ્વનું પુનઃ ઘડતર દીર્ઘકાલીન માંદગી સાથેના પુનઃ સમાયોજનનું મહત્વનું પાસું છે. સ્વ–ગૌરવ માટે કુટુંબ અને મિત્રો સાથેની આંતરક્રિયાઓ નિર્ણાયક સ્રોત છે. સામાજિક સ્રોતો એ દીર્ઘકાલીન માંદા વ્યકિતને જરૂરી માહિતી આપે છે. આ ઉપરાંત આવેગિક સમર્થન પણ આપે છે. દીર્ઘકાલીન માંદા દદીઓ માટે સમર્થન પાછું ખેંચી લેવું એ સૌથી મોટી ચિંતા છે. કુટુંબ અને મિત્રો તેને સાથ –સહકાર આપે તો તેનો સામાજિક સ્વ જળવાઈ રહે છે.

૪. ખાનગી સ્વ :

દીર્ઘકાલીન માંદગીને લીધે ખાનગી સ્વને પણ તીવ્ર રીતે મુશ્કેલી ઉભી થાય છે. વ્યકિત માંદગીમાં બીજા ઉપર આધારિત હોય છે. જેમકે લકવાગ્રસ્ત સ્ત્રીને સ્નાન કરાવવા માટે પતિ કે અન્ય કોઈની મદદ લીવી પડે છે. ડાયાબિટીસના દદીને

ઈન્સ્યુલીનનું ઈન્જેકશન લેવા કોઈની જરૂર પડે છે.આ બધા કારણોને લીધે વ્યકિતના ખાનગી સ્વ માટે ધમકી ઉભી થાય છે.

વ્યકિતના તાદાત્મ્ય, મહત્વકાંક્ષાઓ, ધ્યેય અને ભવિષ્યની ઈચ્છાઓ પણ દીર્ઘકાલીન માંદગીના સમાયોજનને અસર કરે છે. કોઈ વયકિતનું ખાનગી સ્વપ્નું વિખેરાઇ જાય અને દીર્ઘકાલીન માંદગીને લીધે પૂર્ણ થયું ન હોય તો તેના ખાનગી સ્વને હાનિ પહોંચે છે. આવા સમયે દદીને પોતાની મુશ્કેલી રજૂ કરવા પ્રોત્સાહન આપવું જોઈએ.

૬.૩ ઉપસંહાર :

આમ, દીર્ઘકાલીન માંદગીને શારીરિક સ્વ, સિધ્ધિ મેળવનાર સ્વ, સામાજિક સ્વ, ખાનગી સ્વ જેવીવ્યકિતગત સમસ્યાઓ અસર કરે છે. દીર્ઘકાલીન માંદગી થાય તો તેનાથી તેના સ્વ–ખ્યાલ, સ્વ–ગૌરવને અસર થાય છે. સ્વ–ગૌરવ એ સ્વ–ખ્યાલના સામાનય મૂલ્યાંકન સાથે સંબંધ ધરાવે છે.

પ્ર. ૭. મનોવૈજ્ઞાનિક દરમિયાનગીરીઓ અને દીર્ઘકાલીન માંદગીનો સંબંધ ટૂંકમાં ચર્ચો.

૭.૧ પ્રસ્તાવના :

મનોવૈજ્ઞાનિક દરમિયાનગીરીઓ (ઉપચાર) અને દીર્ઘકાલીન માંદગી વચ્ચે સંબંધ જોવા મળે છે. ઔષધકીય દરમિયાનગીરીઓ , વ્યકિતગત ચિકિત્સા, સંક્ષિપ્ત મનોચિકિત્સાકીય દરમિયાનગીરી દદીનું શિક્ષણ, શિથિલીકરણ અને કસરત વગેરે પર અસર કરે છે.

૭.૨ મનોવૈજ્ઞાનિક દરમિયાનગીરીઓ અને દીર્ઘકાલીન માંદગી :

મોટાભાગના દીર્ઘકાલીન માંદા દદીઓ તેમની માંદગીના નિદાન અને સારવાર પછી ઉચી કક્ષાની જીવન ગુણવતા પ્રાપ્ત કરે છે. હકીકતમાં જે લોકો દર્દથી મુકત હોય છે અથવા પ્રગત રોગની બાબતમાં ઓછામાં ઓછું ઉચી કક્ષાની, જો વધારે

ઉચી કક્ષા નહોય તો તેમની માંદગી પહેલાંના જીવનની ગુણવતા તેમના સ્વ–અહેવાલમાંથી મેળવે છે.

સંશોધકો અને ચિકિત્સકોએ જે લોકોને આવેગકીય વિકૃતિની બાબતમાં ઉચા જોખમો છે. તેમને ઓળખવાના રસ્તા વિકસાવવા જોઈએ. જેમકે જે દદીઓને ખિન્નતા કે બીજી માંદગીનો ઈતિહાસ હોય છે અને તેથી તેઓ અમુક દીર્ઘકાલીન માંદગીના જોખમમાં હોય છે અને તેથી દરમિયાનગીરીઓમાં તેમનું મૂલ્યાંકન પહેલેથી જ કરવું જોઈએ. આ અંગે ધણી દરમિયાનગીરીઓ વિકસિત કરવામાં આવી છે, જે નીચે મુજબ છે :

૭.૨.૧. ઔષધકીય દરમિયાનગીરીઓ :

દીર્ઘકાલીન દદીઓમાં ખિન્નતા કે ઉદાસીનતાની ઔષધકીય સારવારને હજુ પણ વિસ્તૃત અભ્યાસોની જરૂર પડે છે. પરંતુ ખિન્નતા વિરોધી દવાઓ એ મુખ્ય ખિન્નતા માટે આપવી તે યોગ્ય છે. એક સૌ પ્રથમ અભ્યાસમાં આર. આઈ.ઈવન્સ અને અન્યે (૧૯૮૮) દર્શાવ્યું કે કેન્સરના દદીઓમાં ખિન્નતા વિરોધી દવાઓની સારવાર આપ્યા પછી ખિન્નતામાં સુધારો થતો હતો.આમ છતાં આ દરમિયાનગીરી સાથે સંકળાયેલા કેટલાક જોખમો છે. વૃક્ષો માટે ખિન્નતા વિરોધી દવા આપતાં મુશ્કેલીઓ ઉભી થાય છે.

૭.૨.૨. મનોવૈજ્ઞાનિક વિષમતાવાળા દદીઓ માટે સૌથી વધારે સામાન્ય દરમિયાનગીરી વ્યકિતગત ઉપચાર છે. તબીબી દદીઓ અને મનોઉપચાર સાથે પ્રાથમિક રીતે મનોવૈજ્ઞાનિક ફરિયાદોવાળા દદીઓ સાથે મનોઉપચારમાં મહત્વના તફાવતો છે.

૧. સૌપ્રથમ તબીબી દદીઓ માટે માનસિક ઉપચાર એ સતત કરતાં પ્રાસંગિક વધારે છે

અને તેથી દદીને વચગાળાની મદદની જરૂર પડે છે.

૨. દદીના ડોકટર અને કુટુંબના સભ્યોનો સહકાર એ તબીબી દદીઓ માટે નિર્ણાયક છે. ડોકટર એ એક અગત્યની સ્થિતિ ધરાવે છે. જેમાં તે મનોવૈજ્ઞાનિક મૂલ્યાંકન કરે છે. તબીબી દદીના પ્રશ્નોને બીજા કુટુંબના સભ્યોની પ્રવૃતિઓ સાથે સૂચિતાથો છે.

૩. તબીબી દદીઓ સાથેની ચિકિત્સા એ એમાં દદીઓમાં બચાવ માટેના સંરક્ષણની પરંપરાગત મનોપચાર કરતાં વિશેષ જરૂર પડે છે.

૪. છેલ્લે મનોપચારક જે તબીબી દદી સાથે કામ કરી રહયો છે તેને દદીની માંદગીની અર્થયુકત સમજ હોવી જોઈએ. કારણ કે આમાંના ઘણાં મુદા માંદગી અને સારવારના પાસાંઓની આજુબાજુ કેન્દ્રિત થયા હોય છે.

૭.૨.૩. સંક્ષિપ્ત મનોચિકિત્સાકીય દરમિયાનગીરી :

કેટલીક ટૂંકાગાળાની દરમિયાનગીરીઓ એ માહિતીના સંદેશાવ્યવહારથી માંડીને તંદુરસ્તી સંભાળના ધંધાદારી વર્ગ સાથે જોડાયેલી છે. તેથી ટૂંકી મનોપચારની પધ્ધતિ વડે કામ લેવું જોઈએ. જે વધારે આવેગકીય વ્યથાવાલા દીર્ઘકાલીન દદીઓમાં સૂચિત કરાય છે. કેટલીક ટૂંકાગાળાની દરમિયાનગીરીઓ એ રોગ અટકાવના આધાર તરીકે પૂર્ણ કરવામાં આવે છે.

વધતી જતી રીતે મનોવૈજ્ઞાનિકોએ પોતાનું ધ્યાન ટૂંકાગાળાની સંરચિત દરમિયાનગીરીઓ તરફ કેન્દ્રિત કર્યું છે. જે પ્રમાણિત અનુભવને તદન ટૂંકાગાળામાં વિકસિત કરવાનો સમય છે.

૭.૨.૪. દર્દીનું શિક્ષણ :

દદીના શિક્ષણના કાર્યક્રમો જેમાં વ્યૂહરચના કૌશલ્યની તાલીમનો સમાવેશ થાય છે. જે દીર્ઘકાલીન રોગના કાર્ય સુધારણા માટે ઉપયોગમાં લેવાય છે. આવા ઘણા

રોગો છે. જેમકે કિડનીનો રોગ, સ્ટ્રોક, રદયરોગ વગેરે. આવા કાર્યક્રમો રોગ વિશેનું જ્ઞાન વધારે છે. વ્યગ્રતા કેવી રીતે ઘટાડવી અને જીવનનો હેતુ અને અર્થની લાગણી ઉભી કરવી વગેરેનો સમાવેશ કરે છે. આ ઉપરાંત પીડા અને ખિન્નતા ઘટાડવાનું જ્ઞાન વધારે છે.

આવી દરમિયાનગીરીઓ કિંમતની દષ્ટિએ અસરકારક છે. માંદગી અંગેની માહિતીએ સ્પષ્ટ અને સરળ રીતે રજૂ થવી જોઈએ.

૭.૨.૫. શિથિલીકરણ અને કસરત :

શિથિલીકરણની તાલીમ એ હવે વ્યાપક રીતે ઉપયોગમાં લેવાય છે. તે હવે દીર્ઘકાલીન દદી માટે ભરોસાપાત્ર ગણાય છે. તે કેમોથેરાપીથી ઉભી થયેલ વ્યગ્રતા અને અરુચિને ઘટાડે છે. કેન્સરના દદીને પીડાથી ઉભી થયેલી વ્યગ્રતા ઘટાડે છે. MIદદીઓમાં કસરતની દરમિયાનગીરીઓ સૌથી વધારે સામાન્ય રીતે ઉપયોગમાં લેવાય છે. કસરતની કોઈ સીધી અસર એ આ 'મૂડ' ઉપર અસક થાય છે તે હજુ સ્પષ્ટ નથી. આમ છતાં શારીરિક ચુસ્તતા વિશ્વાસપાત્ર રીતે સુધરે છે અને કસરત એ જીવનની ગુણવતાને સુધારે છે.

૭.૨.૬. સામાજિક સમર્થન દરમિયાનગીરીઓ :

દીર્ઘકાલીન દદીઓ માટે સામાજિક સમર્થન એ અગત્યનો સ્રોત છે. જે લોકો સામાજિક સંબંધોનો અહેવાલ આપે તેઓ તેમની માંદગી સાથે વિધાયક રીતે સમાયોજિત થાય છે. આ ઉપરાંત સામાજિક ટેકો પુનઃ સાજા થવા તથા જીજીવિષાને વધારે છે.

પરંતુ સામાજિક સમર્થનના સ્રોતો એ દીર્ઘકાલીન માંદગી દવારા ધમકીરૂપ બને છે. આથી દીર્ઘકાલીન માંદગીની આજુબાજુની દરમિયાનગીરીને સામાજિક સમર્થનના મુદા સાથે કામ પાર પાડવાની જરૂરીયાત ઉભી થાય છે.

૭.૨.૬.૧ કુટુંબનું સમર્થન :

દીર્ધકાલીન દદીના કુટુંબનું સમર્થન એ ખાસ કરીને ખૂબ અગતયનું છે. એટલા માટે નહીં કે તે દદીના શારીરિક અને આવેગકીય કાર્યને વધારે છે પરંતુ તે સારવારની ચુસ્તતાને વળગી રહેવા માટે પ્રેરે છે.

ઘણીવખત કુટુંબના સભ્યોને પણ મદદની જરૂર હોય છે. જેથી તેઓ તેમના કાર્યમાં ઈરાદાપૂર્વકના બને અને જે તેમને હાનિ પહોંચાડે તેવા કાર્યોથી દૂર રહે.

મિત્રો અને સંબંધીઓને પોતાને પણ દરમિયાનગીરીની જરૂર હોય છે. કુટુંબના સભ્યો માટે સાદી સૂચના અપાય તો પણ તે મહત્વની સાબિત થાય છે.

૭.૨.૭ સમર્થન જૂથો :

સામાજિક સમર્થન જૂથો એ દીર્ધકાલીન માંદા વ્યકિત માટે સ્રોત રજૂ કરે છે. જે દીર્ધકાલીન માંદગીવાળા માટે ઉપલબ્ધ હોય છે. આવા દદીઓમાં સ્ટ્રોક તથા કેન્સરના દદીઓનો સમાવેશ થાય છે.

આ સમર્થન જૂથો માંદગીના પરિણામોથી ઉભા થતા પરસ્પરના મુદદાઓની ચર્ચા કરે છે. તેઓ આવા પ્રશ્નોમાં બીજી કઈ રીતે વર્ત્યા હતા તેની માહિતી દદીઓને પૂરી પાડે છે. આવા જ પ્રશ્નો સામાજિક સમર્થન જૂથો માહિતીની આપ–લે કરે છે. મહત્વપૂર્ણ રીતે સામાજિક સમર્થન જૂથો એ દદીઓને ટેકો મળતો નથી તેની જરૂરિયાતોને પૂરી કરે છે.

સામાજિક સમર્થન જૂથોની અસરકારકતાનું મૂલ્યાંકન થયું છે. તેના કેટલાક લાભદાયક પરિણામો મળ્યા છે.

સમર્થન જૂથોએ દદીઓમાં સારવારને વળગી રહેવાની બાબતને ઉતેજન આપે છે. તેના કારણો પણ છે. અંતમાં આવેગિક ટેકો અને પ્રોત્સાહન એના જેવા જ પ્રશ્નો અને વ્યકિતઓ દવારા સારવારને વળગી રહેવાનું વધારે છે.

૭.૩ ઉપસંહાર :

આમ, મોટાભાગના દીર્ઘકાલીન માંદગી ધરાવતા દદીઓ તેમની માંદગીના નિદાન અને સારવાર પછી ઉંચી કક્ષાની જીવન ગુણવતા પ્રાપ્ત કરે છે. દીર્ઘકાલીન સ્વરૂપે તંદુરસ્તી મનોવૈજ્ઞાનિકોએ એવા માર્ગ પર ધ્યાન કેન્દ્રિત કર્યુ છે જેનાથી સમસ્યાને ઉકેલી શકાય છે. જે દીર્ઘકાલીન માંદગીના જોખમમાં હોય તેમની દરમિયાનગીરીઓમાં તેમનું મૂલ્યાંકન પહેલેથી જ કરવું જોઈએ.

વિભાગ – ૨ : બે–ત્રણ વાકયમાં જવાબ આપો.

નોંધ : આ વિભાગમાં પ્રશ્ન– ૩ માટે બે–બે માકર્સના ૬ પ્રશ્નોના જવાબ આપવાના રહેશે.

પ્ર. ૧. કયા અંગભૂત તત્વો જીવનની ગુણવતા માટે ધ્યાનમાં લેવાય છે ?

જવાબ શારીરિક કાર્ય, મનોવૈજ્ઞાનિક મોભો (સ્થાન) ના લક્ષણશાસ્ત્રને જીવનની ગુણવતા માટે ધ્યાનમાં લેવાય છે.

પ્ર. ૨. 'સિકનેશ ઈમ્પેકટ પ્રોફાઈલ' (SIP) સ્કેલ દવારા તૈયાર કરવામાં આવ્યો છે ?

જવાબ 'સિકનેશ ઈમ્પેકટ પ્રોફાઈલ' (SIP) સ્કેલ બર્ગનેટ, બોબ્બીટટ, કાર્ટર અને ગીલસોન (૧૯૮૧) દવારા તૈયાર કરવામાં આવ્યો છે.

પ્ર. ૩. ' એકટીવીટીઝ ઓફ ડેઈલી લીવીંગ' (ADL) સ્કેલમાં કયા છ કાયોનો સ્વતંત્ર પ્રાપ્તાંક મળે છે ?

જવાબ ' એકટીવીટીઝ ઓફ ડેઈલી લીવીંગ' (ADL) સ્કેલમાં સ્નાન કરવું, વસ્ત્ર પરિધાન, ટોયલેટ, ગતિશીલતા, નિયંત્રણ અને સ્તનપાન જેવા છ કાયોનો સ્વતંત્ર પ્રાપ્તાંક મળે છે.

પ્ર. ૪. 'RAND-36 Item Health Survey' આ સ્કેલ શેનું માપન કરે છે ?

જવાબ 'RAND-36 Item Health Survey' સ્કેલ શારીરિક કાર્ય, સામાજિક કાર્ય, શારીરિક સમસ્યાઓને લીધે ભૂમિકાની મર્યાદા, આવેગકીય સમસ્યાઓને લીધે ભૂમિકાની મર્યાદા, માનસિક સ્વાસ્થ્ય શકિત, પીડા તંદુરસ્તીનું પ્રત્યક્ષીકરણ વગેરેનું માપન કરે છે.

પ્ર. ૫. કેન્સર માટે કઈ સંશોધનિકા તૈયાર કરવામાં આવી છે ?

જવાબ કેન્સર માટે 'કેન્સર ઇન્ટેવટરી ઓફ પ્રોબ્લેમ સિચ્યુએશન' (૧૯૯૦) તથા 'કાર્નોવસ્કી પફોમન્સ સ્કેલ' (૧૯૮૪) સંશોધનિકા તૈયાર કરવામાં આવી છે.

પ્ર. ૬. ઈન્કાર શેમાં મદદરૂપ બને છે ?

જવાબ ઈન્કાર એ દદીઓને માંદગીની આવેગકીય પ્રતિક્રિયાઓને નિયંત્રણમાં લાવવા માટે મદદરૂપ બને છે.

પ્ર. ૭. દીર્ઘકાલીન માંદગીવાળા કેટલા લોકો ખિન્નતાથી પીડાય છે ?

જવાબ દીર્ઘકાલીન માંદગીવાળા ૧/૩ રોગીઓ ખિન્નતાના થોડાક લક્ષણોનો અહેવાલ આપે છે અને ૧/૪ જેટલા તીવ્ર ખિન્નતાથી પીડાય છે.

પ્ર. ૮. તીવ્ર અને દીર્ઘકાલીન માંદગી પીડાતા લોકો તેમની માંદગી માટે કયા સિધ્ધાંતો વિકસિત કરે છે ?

જવાબ તીવ્ર અને દીર્ઘકાલીન માંદગી પીડાતા લોકો તેમની માંદગી માટે મનોભાર, શારીરિક ઈજા, રોગના કારણરૂપ બેકટેરિયા અને ભગવાનની ઈચ્છા જેવા સિધ્ધાંતો વિકસિત કરે છે.

પ્ર. ૯. શરીર પ્રતિમા એ શું છે ?

જવાબ શરીર પ્રતિમા એ વ્યકિતનો શારીરિક કાર્ય અને દેખાવનું પ્રત્યક્ષીકરણ અને મૂલ્યાંકન છે.

પ્ર. ૧૦. સ્વ ગૌરવ માટે નિર્ણાયક સ્રોત કયો છે ?

જવાબ સ્વ ગૌરવ માટે કુટુંબ અને મિત્રો સાથેની આંતરક્રિયાઓ નિર્ણાયક સ્રોત છે.

યુનિટ– ૫

સ્વાસ્થ્ય મનોવિજ્ઞાન : પડકારો અને ભવિષ્ય
(Health Psychology : Challenges For Future)

વિભાગ – ૧ : ટૂંકા પ્રશ્નો

નોંધ : આ વિભાગમાંથી પ્રશ્ન–૨ (૧૦ માર્કસ) માટે પ્રશ્નો પૂછાશે.

પ્ર. ૧. સ્વાસ્થ્યસંવર્ધનમાં અસરકારક મૂલ્ય, જોખમમાં રહેતા લોકો પ્રત્યે ધ્યાન અને અટકાવ વિશે સમજૂતિ આપો.

૧.૧ પ્રસ્તાવના :

છેલ્લા ૩૦ વર્ષમાં સ્વાસ્થ્ય અંગેની સભાનતા અનેકગણી વધી ગઈ છે. 'સ્વાસ્થ્ય મનોવિજ્ઞાન' નામની શાખા ખૂબ જ લોકપ્રિય બની છે. લોકો પોતાના સ્વાસ્થ્ય પ્રત્યે ધ્યાન આપવા લાગ્યા છે. લોકો રોગો વધે તે પહેલાં તેના અટકાવની કામગીરી કરતાં થયા છે.

૧.૨ સ્વાસ્થ્ય સંવર્ધન :

વર્તમાન સમયમાં સ્વાસ્થ્ય સંવર્ધનનું મહત્વ ખૂબ વધવા લાગ્યું છે. માનવીએ તેમની અયોગ્ય ટેવો બદલવાનું શરૂ કર્યુ છે. તમે જ તમારી તંદુરસ્તીના ભાગ્યવિધાતા છો. તે માટે તમે કસરત કરો, પૌષ્ટિક આહાર લો, દારૂ પીવાનું બંધ કરો,

શુધ્ધ હવા લો– આ રીતે તમારી તંદુરસ્તીનું તમે ધ્યાન રાખી શકો છો. સ્વાસ્થ્ય સંવર્ધન અંગે સભાન બનવું આજે ખૂબ જરૂરી બન્યું છે.

૧.૨.૧ અસરકારક મૂલ્ય (ખર્ચ), અસરકારક દરમિયાનગીરીઓ :

સ્વાસ્થ્ય સંવર્ધન માટે વર્તનને બદલવું જરૂરી છે. જીવનમાં પરિવર્તન લાવવું પડે છે. જંકફુડ અને ફાસ્ટફૂડને બદલે આહારમાં ફળો અને શાકભાજીને સ્થાન આપવું પડે. કસરતને રોજીંદા જીવનમાં અપનાવવી પડે છે. સ્વાસ્થ્ય સંવર્ધનના અસરકારકતત્વોનો અમલ પણ કરવો પડે. આ માટે સમાજ, શાળા અને કાર્યસ્થળે કાર્યન્વિત બનવું પડે. ઉપચાર કે દરમિયાનગીરી 'ડિઝાઈન' નકકી કરવી પડે. સંસ્થાઓનો સંપર્ક સાધી છેક છેવાડાના લોકો સુધી પહોંચવું પડે. લોકોને જીવનશૈલી પરિવર્તન અંગેની સુદઢ સમજ આપવી પડે. આવી અસરકારક દરમિયાનગીરી લોકોને સ્વાસ્થ્ય સંવર્ધન અંગે મૂલ્યવાન સમજ આપે છે.

૧.૨.૨ જોખમમાં રહેતા લોકો પ્રત્યે ધ્યાન :

કેટલાક લોકો માદગીના જોખમમાં હોય છે. કેટલાકને દીર્ઘકાલીન રોગ હોય છે. જેમકે એઈડસ, કેન્સર, સ્ટ્રોક, રદયરોગ કે સંધિવા એ એમને સકંજામાં લેવા તૈયાર હોય છે.

સતત જોખમમાં જીવતા લોકો પર ધ્યાન આપીએ તો તેઓ રોગથી બચી જાય. જેમકે માબાપને ડાયાબિટીસ હોય તો પુત્રનેડાયાબિટીસ થવાની શકયતા હોય છે. તે વખતે વ્યાયામ કરવાથી, તેલ–ઘી અને ખાંડનો ત્યાગ કરવાથી ડાયાબિટીસથી કદાચ બચી શકાય. કામનુ ભારણ અને કોલસ્ટ્રોલની રદયનલિકામાં જમાવટ છે. એની જાણ થાય તો વ્યાયામ અને સમતુલિત આહાર લેવાથી 'હાર્ટએટેક'થી રક્ષણ મળે કે નહીં

?તમાકુ–ગુટકાના સેવનથી કેન્સરનું જોખમ છે તો આ કુટેવ છોડાવી કેન્સરથી બચાવી શકાય કે નહીં ?

આથી સૌથી પહેલાં આવા લોકોને શોધી કાઢી તેમને કુટેવો અંગે સભાન કરી, તેમને જીવનશૈલી બદલવા પ્રોત્સાહિત કરવા જોઈએ. મેલેરિયા ફેલાયો હોય તો મચ્છરના ઉદગમસ્થાનોનો નાશ કરો. ગંદકી દૂર કરો. સ્વાઈન ફ્લૂ થયો હોય ત્યાંપહોંચી જઈ એવા લોકોને અલાયદા ઓરડામાં રાખો. માસ્ક પહેરાવો. રોગ પ્રતિકારક શકિત વધે તેવા આહાર માટે આગ્રહ રાખો.

આવા જોખમમાં રહેતા લોકોને શોધી કાઢો. જોખમી પરિબળોને ઘટાડો, લોકજાગૃતિ કેળવો. દીર્ઘકાલીન રોગોથી તેમનું રક્ષણ કરો. આ અંગે વ્યકિત, સંસ્થા, સમાજ અને સરકાર સંયુકત રીતે કાર્યશીલ બની રોગમુકત સમાજનો આદર્શ વાસ્તવિક બનાવી શકે.

૧.૨.૩ અટકાવ :

અટકાવ ઈલાજ કરતાં પણ વધારે સારો છે. તંદુરસ્તીની ખોટી ટેવોને પહેલાંથી જ અટકાવવી જરૂરી છે. તંદુરસ્તીનું મનોવિજ્ઞાન અટકાવને અગ્રિમતા આપે છે. કેટલીક કુટેવો રોગોને આમંત્રણ આપે છે. વરસાદમાં પલળો, રાત્રે ઉજાગરા કરો, તમાકુ–ગુટકા વધુ પડતી ખાવ, દારૂ પીવો તો તમે રોગને અવશ્ય આમંત્રણ આપો છો. પચાસ વર્ષ પછી ખાંડ અને મીઠું ત્યજવા જોઈએ. પ્રમાણસર લેવા જોઈએ.

ખરેખર તો શાળામાંથી અટકાવની શરૂઆત થવી જોઈએ. તમે શાળામાં તમારું બાળક શું ખાય તેનું ધ્યાન રાખો. છઠ્ઠા–સાતમાં ધોરણમાં બાળકોની સમજ બરાબર વિકાસ પામી હોતી નથી. મિત્રોના દબાણથી તેઓ સિગારેટ– બીડી કે ગુટકાને રવાડે ચઢી જાય છે. આવા સમયે તેમને કેન્સરના ભયથી સાવધ કરી શકાય. શિક્ષકો અને વાલીઓ આ અંગે ઘણું કરી શકે. ૧૧ સપ્ટે. ૨૦૧૨ થી ગુજરાતમાં ગુટકા પર પ્રતિબંધ આવ્યો છે. બાળકરૂપી કુમળા છોડને યોગ્ય દિશામાં વાળવો અત્યંત જરૂરી છે. સ્વાસ્થ્ય

સંવર્ધનના આ પાઠ ઘર અને શાળા દવારા ભણાવી શકાય. બાળક ઘરમાં એકલો એકલો રહી રૂમમાં જ પુરાઈ રહે તો મા–બાપે સતર્ક બનવું પડે.

સ્વાસ્થ્ય સંવર્ધન અંગે નવીન સંશોધનનો આપણને સાવધ કરે છે.જેમકે બાર વર્ષ સુધી બાળકનું મગજ વિકસતું હોવાથી આ ઉંમરે મોબાઈલનો ઉપયોગ હાનિકારક છે. તાજેતરનું સંશોધન મોબાઈલના વધુ પડતા ઉપયોગથી વાલીઓને સાવધ કરે છે. મોટરબાઈક સવાર અતિ ઉત્સાહમાં આવી સર્કસના ખેલાડીની જેમ રાજમાર્ગ ઉપર બે હાથ છોડી બાઈક ચલાવે છે. બાળકોને નાનપણથી જ પૌષ્ટિક ખોરાક, વ્યાયામ, મેડિકલ ચેકઅપ અંગે પ્રેરવા જોઈએ. દૂધ, ગાજર, શાકભાજીમાં વિટામિન 'A' પુષ્કળ છે, જે તમને આંખના અંધાપાથી બચાવી શકે.

૧.૩ ઉપસંહાર :

આમ, સ્વાસ્થ્ય સંવર્ધનમાં વર્તનને બદલવું પડે છે. જીવનમાં પરિવર્તન લાવવું પડે છે. કેટલાક દીર્ઘકાલીન રોગો ધરાવતા હોય છે. તેમના પ્રત્યે ધ્યાન આપવું જોઈએ. રોગ વધે તે પહેલાં તેને અટકાવવો જોઈએ.

પ્ર. ૨. સ્વાસ્થ્ય સંવર્ધનના ઘટક તરીકે સ્વાસ્થ્ય સંવર્ધન પ્રયત્નો પ્રત્યે પુનઃ ધ્યાન કેન્દ્રિત કરવું, આઘાત સહન કરવાની શકિતનું સંવર્ધન વિશે ટૂંકમાં સમજૂતી આપો.

૨.૧ પ્રસ્તાવના :

સ્વાસ્થ્ય પ્રત્યે સભાન બનવાની ખૂબ જ જરૂર છે. તે માટે તેના પ્રત્યે પુનઃ ધ્યાન કેન્દ્રિત કરવું જોઈએ. દરેક વ્યકિતના જીવનમાં આઘાત આવે છે. આવા આઘાત

સમયે વ્યકિતઓ ભાંગી ન પડતાં તેને સહન કરવાની શકિત પેદા કરવી જોઈએ. વ્યકિતને તાત્કાલિકસારવાર મળે તેવી વ્યવસ્થા કરવી જોઈએ.

૨.૨ સ્વાસ્થ્ય સંવર્ધન પ્રયત્નો પ્રત્યે પુનઃ ધ્યાન કેન્દ્રિત કરવું :

કેટલાક સ્વાસ્થ્ય સંવર્ધન પ્રયત્નો પ્રત્યે પુનઃ ધ્યાન કેન્દ્રિત કરવાની જરૂર ઉભી થઈ છે. વિશ્વમાં હવે મૃત્યુદર ઘટયો છે. આયુમર્યાદા વધી છે. ભારતમાં પહેલાં ૫૧ વર્ષમાં વ્યકિત પ્રવેશે તો તે ઘણું જીવ્યો, એમ કહેવાતું, પરંતુ હવે તો ૬૪ વર્ષ ભારતમાં સરેરાશ આયુમર્યાદા થઈ ગઈ છે.

એઈડસ, કેન્સર, સંધિવા જેવી દીર્ઘકાલીન માંદગી વ્યકિતને મૃત્યુ તરફ દોરી જાય છે. કેન્સરની માંદગી ખર્ચાળ હોય છે. કિડની બગડે તો દર અઠવાડિયે 'ડાયાલિસિસ' કરવું પડે. સંધિવા ઘૂંટણના દુઃખાવાથી વ્યકિત મૃત્યુ ન પામે, પણ સગા–સંબંધીને હળવા–મળવાનું ઘટી જાય. જો વ્યકિત આ અંગે સતર્ક ન રહે તો દીર્ઘકાલીન માંદગીનો બદજો આવી જાય છે. જીવનના વષો સારી રીતે પસાર થતા નથી. તંદુરસ્ત વ્યકિતની જીવનશૈલીની ગુણવતા ઘટે છે.

ભવિષ્ય માટે કોને અગ્રિમતા આપવી તે જાણવું જોઈએ. આ માટે એવી દરમિયાનગીરી કે ઉપચાર વિકસિત કરવો જોઈએ જે જોખમરૂપ પરિબળોનો મુકાબલો કરી શકે. જેમકે કોઈ સિગારેટ કે દારૂની 'ઓફર' કરે તો કઈ રીતે 'ના' પાડવી. સ્વાઈન ફ્લૂ વખતે મોં પર 'માસ્ક' પહેરવો.

લોકોનો મુત્યુદર ઘટાડવો જોઈએ. પહેલાં પ્લેગ કે ટી.બી. થી અનેક લોકો મરી જતા. હવે રદયરોગ, સ્ટ્રોક, કેન્સર, અલ્ઝાઈમર જેવી બીમારીઓ લોકોને મોતના મોંમાં ધકેલે છે. જો લોકોનું સ્વાસ્થ્ય સુધારવું હોય તો દેશના વિશાળ આર્થિક તફાવતો

પ્રત્યે ધ્યાન કેન્દ્રિત કરવું જોઈએ. ગરીબ લોકો મનોચારને લીધે માંદગીના જોખમમાં હોય છે. ગરીબ કલ્યાણ યોજનમ અમલમાં લાવવી જોઈએ. જો વ્યકિત પૈસે–ટકે સુખી હશે તો જ તેઓ સારું સ્વાસ્થ્ય જાળવી શકશે. વસ્તી વધારો ભૂખમરો લાવે છે અને વિકાસને રૂંધી નાંખે છે.

ગુજરાતમાં 'હાર્ટ–એટેક'નું પ્રમાણ વધુ છે. અમદાવાદને 'હાર્ટ–એટેક'ની 'રાજધાની' ગણવામાં આવે છે. મનોભાર અને અયોગ્ય આહાર થતા કસરતનો અભાવ વ્યકિતને 'હાર્ટ–એટેક' તરફ દોરી જાય છે. સામાજિક, આર્થિક અને વંશીય તફાવતોની અસર તબીબી સારવાર ઉપર પડે છે. લોકો ઓછા ખચે સારવાર મેળવે તેવી સુવિધા ઉપલબ્ધ કરાવવી જરૂરી છે.આપણે ત્યાં સિવિલ હોસ્પિટલ, ચેરીટેબલ ટ્રસ્ટ તથા અન્ય સંસ્થાઓ દવારા તંદુરસ્તીની તબીબી સેવા ઉપલબ્ધ કરાય છે. લોકોને આવી સંસ્થાઓની તબીબી સારવાર ઉતરતી કક્ષાની લાગે છે.

૨.૨.૧ આઘાત સહન કરવાની શકિતનું સંવર્ધન :

જીવનમાં આઘાત આવે તો તેને કેવી રીતે સહન કરવો જોઈએ તેની માટેકેટલાક વિધાયક ઘટકો શોધી કાઢવા જોઈએ જે વ્યકિતને આઘાતમાંથી બચાવી લે. રદયરોગીને તાતકાલિક સારવાર મળે તો તે વધુ વર્ષ જીવે.

લગ્ન પણ માણસને મોંતના મોંમાંથી બચાવી શકે છે. પત્નીનો પ્રેમ અને સેવાને લીધે કેન્સર, એઈડસ કે રદયરોગી થોડાંક વધુ વર્ષ જીવે છે. ડબલ્યુ જી. મેકગુરે જણાવે છે કે મનોવૈજ્ઞાનિકોએ તંદુરસ્તી સંબંધિત ઘટકો અને 'મેરેજ બ્યૂરો'દવારા કાર્યાન્વિત થવું જોઈએ.

તંદુરસ્તીના મનોવૈજ્ઞાનિકોએ દીર્ધકાલીન માંદગીના જોખમો અંગે આપણને સાવધ કર્યા છે.લોકો પોતાની જાતે જ પોતાને કઈ રીતે મદદરૂપ થાય તેનો અભ્યાસ

કરવો પડે. તંદુરસ્તી કંઈ ઉછીની મળતી નથી, એ તો જાતે જ મેળવવી પડે છે. લોકોને જીવનની દોડાદોડમાં મનોભારથી રક્ષણ મેળવવા શિથિલીકરણની ટેકનિક અંગે જ્ઞાન આપવું જોઈએ. કેટલાક એવા સ્રોતો છે જે માંદગી સામે મુકાબલા માટે ઉપયોગી સાબિત થયા છે.

૨.૨.૨ મેડિકલ પ્રેક્ટિસના ભાગ તરીકે સંવર્ધન :

તંદુરસ્તી સંવર્ધનમાં ઔષધો ઉપયોગી છે. ઔષધોના આંતરિક ભાગ તરીકે તંદુરસ્તી સંવર્ધનનો સમાવેશ થવો જોઈએ.

કેટલાક રોગોને ઓળખવા માટે કેટલાક રોગ ચિહનો ઓળખવા જરૂરી છે. જોકે કોઈપણ નિદાનાત્મક પ્રક્રિયા સંપૂર્ણ નથી. નાની અમથી ગાંઠ પણ કેન્સર હોઈ શકે. તો તેના પ્રત્યે બેધ્યાન ના રહેવું જોઈએ. છાતીમાં ગભરામણ થાય અને કશું થયું નથી એમ માની ઘેર બેસી રહીએ તો શું થાય ? ઘણા લોકો પોતાની તંદુરસ્તીની પુનઃ સમીક્ષા કરે છે. 'હું માંદો કેમ પડયો ?' આવો પ્રશ્ન પોતાની જાતને પૂછે છે. તે રોગના કારણોની શોધ – ખોળ કરે છે.

તબીબો લોકોને તંદુરસ્તીની સમજ આપે છે. જેમાં તેમને ડોકટર સવારે ચાલવાનું કહે છે, તંદુરસ્ત ભોજનની સલાહ આપે છે. આમ રોગને અટકાવવામાં તબીબો ધ્યાન આપે તો રોગ અટકાવી શકાય. મેલેરિયાના દદીના કુટુંબને પહેલેથી જ મેલેરિયા વિરોધી દવા અપાય તો મેલેરિયા ફેલાતો અટકી શકે. ડોકટર દદીને દવા આપે છે પણ દર્દની સમજ આપતા નથી. આથી દર્દ મટે છે, પણે ભવિષ્યમાં દર્દ ન થાય એની જાણકારીથી વંચિત બને છે.

૨.૨.૩ તંદુરસ્તી સુધારણા માટે સામાજિક પરિવર્તન :

તંદુરસ્તી સુધારણા માટે સામાજિક માન્યતાઓ મહત્વની છે. એક જ વ્યકિતનું સ્વાસ્થ્ય સુધરે તો સમગ્ર સમાજનું સ્વાસ્થ્ય સુધરતું નથી . અમેરિકા તંદુરસ્તીની સભાનતા માટે સૌથી વધુ ખર્ચ કરે છે.

તંદુરસ્તી સુધારણા માટે બાળમૃત્યુનું પ્રમાણ ઘટવું જોઈએ, આયુષ્યમર્યાદા વધવી જોઈએ. રાષ્ટ્રીય અને આર્થિક તંત્ર દવારા ઓછી પરિસ્થિતિઓ ઉભી થવી જોઈએ, જેને લીધે આરોગ્યપ્રદ પરિસ્થિતિ ઉભી થાય. પર્યાવરણ પણ આપણી પરિસ્થિતિને બિનઆરોગ્યપ્રદ બનાવી શકે.

કેટલાંક સામાજિક સમર્થનો ઘટે છે.કુટુંબ વિભકત થાય છે. આવા લોકોનો મનોભાર વધી જાય છે. તેઓ જલદી માંદા પડે છે.

સામાજિક પરિસ્થિતિઓ દવારા તંદુરસ્તી સંવર્ધન વધે કે ઘટે. કામનો બોજો વ્યકિતને પજવે છે.વેરભાવ અને ખિન્નતા વ્યકિતને રોગગ્રસ્ત બનાવે છે. સતત તનાવયુકત પરિસ્થિતિ વ્યકિતને જલદી માંદો પાડી દે છે.તંદુરસ્તીનો વીમો પણ જરૂરી છે. ૬૦ વર્ષ પછી વીમો ઉતારવાનું મુશ્કેલ બને છે. ૧૯૬૫ માં અમેરિકામાં ગરીબોને ઉચ્ચ કક્ષાની તંદુરસ્તીની સંભાળ મળે તે માટે યોજના ઘડાઈ હતી. અમેરિકાની ઓબામા સરકાર દવારા 'હેલ્થ કેર' મહત્વનો કાયદો કરવામાં આવ્યો. આપણા દેશમાં આ અંગે સ્થિતિ સંતોષજનક નથી. ગરીબોને ઓપરેશન માટે મોંઘાદાટ ખર્ચા કરવા પડે છે.

૨.૨.૪ લિંગ અને તંદુરસ્તી :

લિંગ અને તંદુરસ્તી વચ્ચે કોઈ ચોકકસ સંબંધ છે ? પુરુષો વધારે માંદા પડે છે કે સ્ત્રીઓ ? સ્તન, અંડાશય, જાતીય સંબંધો અને કેન્સર જેવી બીમારીઓ અંગે મહત્વપૂર્ણ ધ્યાન દોરાયું છે.

આયુષ્યની દષ્ટિએ વાત કરીએ તો સ્ત્રીઓ પુરુષો કરતા સાત વર્ષ વધુ જીવે છે. આમ છતાં સ્ત્રીઓ વધારે માંદી પડે છે. આધુનિક સ્ત્રી આલ્કોહોલ અને ધૂમ્રપાનનો વધારે ઉપયોગ કરે છે. સ્ત્રીઓ પુરુષો કરતાં વીમો ઓછો ઉતરાવે છે. કેટલાક પ્રકારના કેનસરની તેમને જલદી જાણ થતી નથી. સ્ત્રી–રોગના નિષ્ણાત આ માટે મદદરૂપ બને છે. આ ઉપરાંત સ્ત્રીઓમાં અસ્થિરતા પણ હોય છે એટલે તેમને વીમાનો લાભ મળતો નથી. પુરુષોનો વીમો હોય છે એટલે સ્ત્રીઓ મોટેભાગે અલગ વીમો ઉતરાવતી નથી.મોટાભાગના સંશોધનો પુરુષ ઉપર થતા હોય છે. સ્ત્રીઓ ઉપર ખાસ સંશોધનો થતા નથી.સ્ત્રીઓના હોર્મોન્સ બદલાતા હોવાથી તેમના ઉપર સંશોધન કરવું મુશ્કેલ બને છે. આ ઉપરાંત સગર્ભા સ્ત્રીઓ પરનું સંશોધન ગર્ભસ્થ બાળકને માટે મુશ્કેલી ઉભી કરે છે. રદય સંબંધિત બીમારીઓમાં સંશોધનો પુરુષ ઉપર વધુ થયાં છે. સ્ત્રીઓના કેન્સર સંબંધી રોગો અંગે ઓછા સંશોધનો થયા છે. ફકત પ્રજનન કેન્સર સંબંધી સંશોધનો થયા છે.

સ્ત્રી અને પુરુષ માટેના રોગ અંગેના જોખમરૂપ ઘટકો શોધવા જરૂરી છે.

૨.૩ ઉપસંહાર :

આમ, કેટલાક સ્વાસ્થ્ય સંવર્ધનના પ્રયત્નો પ્રત્યે પુનઃ ધ્યાન કેન્દ્રિત કરવાની જરૂર ઉભી થઈ છે. દરેકના જીવનમાં આઘાત આવે છે તો આ આઘાત સહન કરવાની શકિતનું સંવર્ધન કરતાં શીખવું જોઈએ. તંદુરસ્તી સંવર્ધનમાં ઔષધો ઉપયોગી છે. સામાજિક પરિસ્થિતિઓ દવારા તંદુરસ્તી સંવર્ધન વધે કે ઘટે છે.

પ્ર. ૩. મનોભાર અને તેનું વ્યવસ્થાપન સમજાવો.

૩.૧ પ્રસ્તાવના :

'મનોભાર' એ સામાન્ય શબ્દ બની ગયો છે. દરેકને કોઈને કોઈ મનોભાર હોય છે. આ મનોભારનું જો યોગ્ય વ્યવસ્થાપન થાય તો તેની નિષેધક અસરોથી બચી જવાય. જો તેનું યોગ્ય વ્યવસ્થાપન ન થાય તો વ્યક્તિ રોગના મુખમાં ધકેલાઈ જાય છે. આથી મનોભાર જાણી તેનું યોગ્ય વ્યવસ્થાપન કરવું જરૂરી છે.

૩.૨ મનોભાર અને તેનું વ્યવસ્થાપન :

જો મનોભારનું યોગ્ય વ્યવસ્થાપન કરવામાં આવશે તો મનોભારની નિષેધક અસરોથી બચી શકશો. તો તમે રોગના ભોગ ઓછા બનશો. મનોભારનું પ્રબંધન કરી તમે રોગનું પ્રવેશદવાર બંધ કરી શકશો.

છેલ્લા બે દાયકામાં મનોભાર અંગે પુષ્કળ સંશોધન થયા છે. મનોભારના શારીરિક, પ્રેરણાત્મક, બોધાત્મક અને વાર્તનિક પાસાં શોધી કાઢવામાં આવ્યા છે. આ ઉપરાંત મનોભારના મુકાબલા માટેના જૈવ–સામાજિક માગો શોધાયા છે.

મનોભાર કયાં છે ? મગજમાં કે મગજની બહાર ? આ અંગે વિરોધાભાસ છે. બીજી બાજુ મનોભાર પરિસ્થિતિના મૂલ્યાંકનથી પણ પેદા થાય છે આ ઉપરાંત કેટલાક બનાવો કે પરિસ્થિતિઓ મનોભારયુકતછે. કેટલીક પરિસ્થિતિ કાબૂ બહારની છે. એમાં આપણું કશું ચાલતું નથી જેમકે ધરતીકંપ, પૂર, વાવાઝોડું વિનાશ કરે છે.

મનોભાર અંગે જાતજાતનાં સંશોધનો થયા કરે છે. મનોભાર પેદા કરનાર પયાRવરણીય અને વ્યાવસાયિક પરિબળો અંગે પુષ્કળ સંશોધનો થયા છે. અવાજ, ઘોંઘાટ જેવા પરિબળોની માનવવર્તન પર થતી અસરો તપાસવામાં આવી છે. તંદુરસ્તી

સુધારવી એ બધાંની માંગ છે, પણ કેમ સુધારવી એની સ્પષ્ટ સમજ માટે વિશેષ સંશોધનોની જરૂર છે. તંદુરસ્તી સુધારણાને પાંધાન્ય આપવું જોઈએ.

વ્યાવસાયિક મનોભારના સંશોધનો દવારા મનોભાર જન્માવનાર કારણો શોધી કઢાયાં છે. કાર્યસ્થળે મનોભારના મુકાબલા માટે દરમિયાનગીરી વિકસિત કરવામાં આવી છે.

આ ઉપરાંત મનોભાર માટે જવાબદાર જનસંખ્યાકીય ઘટકોને પણ ધ્યાનમાં લેવા પડે. કાર્યસ્થળે વ્યકિતને રાહત આપી શકાય. અમેરિકામાં પતિ–પત્ની કમાણી કરતાં હોય તેવા યુગલોની સંખ્યા વધતી જાય છે. નોકરી કરતી પત્ની પર કામનું ભારણ વધી જાય છે.ઘરકામ, બાળઉછેર વગેરે માટે નોકરિયાત ગૃહિણીને એક વધારાની મહિનાની જરૂર પડે છે.

ભારતમાં નોકરિયાત સ્ત્રીને ઘરડાં સાસુ–સસરાની સાર–સંભાળ પણ રાખવી પડે છે. વૃધ્ધોને મેડિકલ તપાસ માટે ડોકટર પાસે લઈ જવા પડે છે. આ ઉપરાંત બાળજન્મ સ્ત્રી માટે ચોવીસ કલાકની ફરજ બની જાય છે.

સ્ત્રી ઉપર પુરુષના કામોનો બોજો પણ આવે છે. આથી સ્ત્રી મનોભારનો વધુ ભોગ બને છે. કપડાં ધોવા, રસોઈ બનાવવી, બાળકને તૈયાર કરવા, બાળકોને ભાગે આવે છે. આથી સ્ત્રીઓ વધુ માંદી પડે છે. આ ઉપરાંત સાસુ–સસરા, નણંદ, દિયર બધાને સાચવવામાં તે પોતાને સાચવી શકતી નથી અને પરિણામે માંદગીમાં સપડાય છે.

૩.૨.૧ મનોભાર સંશોધન :

જયાં મનોભાર સંબંધી વિકૃતિઓનું જોખમ વધુ હોય ત્યાં મનોભાર સંબંધી સંશોધન કરવું જોઈએ આને લીધે મનોભારયુકત સંજોગો ઘટાડી શકાય છે. સિધ્ધાંતની દષ્ટિએ જોતાં લોકો કઈ રીતે મનોભારયુકત પરિસ્થિતિ સાથે સમાધન સાધે છે તે બાબતને ધ્યાનમાં લેતાં તે ખૂબ ઉપયોગી બને છે. આવી બાબતો કે પરિસ્થિતિઓનું

જ્ઞાન મનોભાર સાથે નિમ્ન રીતે પહોંચી વળતા માનવીઓને સારી રીતે માગRદશિત કરે છે.મનોભાર વિશે સંશોધનો દવારા મહત્વની પ્રગતિ સધાઈ છે. મનોભાર દરમિયાન શરીરમાં શું થાય છે તેના સંશોધન થયાં છે. મનોભારમાં અનુકંપી ચેતાતંત્ર શો ભાગ ભજવે છે તે અંગેના પણ સંશોધન થયાં છે. સામાન્ય પરિસ્થિતિમાં વ્યકિત કેવો હોય છે તે મનોભાર દરમિયાન કેવો હોય છે તેનું જ્ઞાન સંશોધનો આપે છે. આ ઉપરાંત એન્ડ્રિજીનિયસ ઓપીઓઈઢ અને તેની સાથે રોગપ્રતિકારક તંત્રની સંપર્ક કડીની માહિતી મેળવવી જોઈએ. આવા અભ્યાસો દવારા તંદુરસ્તી ઉપર મનોભાર કઈ રીતે વિપરિત અસરો ઉભી કરે છે તેની મૂલ્યાવાન માહિતી મળે છે.

મનોભાર અંગે સંશોધનોમાં મહત્વનું ઘટક સામાજિક સમર્થન છે. સામાજિક સમર્થન વ્યકિતને રોગ સામે રક્ષણ આપે છે. દીર્ઘકાલીન માંદગીના અભ્યાસો દર્શાવે છે કે સામાજિક સમર્થનની મનોભાર પર વિધાયક અસરો પડે છે. કોઈ આપણી દેખરેખ કરનાર છે તે બાબત આપણને રોગગ્રસ્ત થતાં બચાવી લે છે.આ અભ્યાસોનો નિષ્કર્ષ સૂચવે છે કે આ બાબત આપણનો અમલ થાય તો મનોભારની અવળી અસરોથી બચી શકાય. ભાઈ–બહેન, પતિ–પત્ની કે મા–બાપનો સહારો કે સમર્થન દદીને દર્દમાંથી રાહત અને મુકિત આપે છે. આજના જમાનામાં માણસ એકલો –અટૂલો બની ગયો છે. કુટુંબની વ્યાખ્યા પણ સંકુચિત બની ગઈ છે. વ્યકિત મિત્રોમાં સામાજિક સમર્થન શોધે છે. ઘણા બાળકો તો મા કે બાપ બેમાંથી એક સાથે રહેતા હોય છે.

આ ઉપરાંત બીજાને સમર્થન કઈ રીતે આપવું એ પણ જાણી લેવું જોઈએ. મુશ્કેલ અને મનોભારયુકત સંબંધો શારીરિક અને માનસિક તંદુરસ્તી પર વિપરીત અસરો કરે છે.વિધાયક કે મદદરૂપ સંબંધો આનું રક્ષણ આપી શકે.આથી લોકોને સમથRન લેવા–આપવાનું સામાજિક શિક્ષણ આપવું જોઈએ.

સ્વ–મદદજૂથો સામાજિક સમર્થનમાં મહત્વનો ફાળો આપે છે. અમેરિકામાં આઠથી દસ સ્વ–મદદ જૂથો કાર્યરત છે.ભારતીયો માટે આ નવો ખ્યાલ છે. ભારતમાં સગાં–વહાલાં અને મિત્રો મદદરૂપ બને છે.

આવા માળખામાં લોકો એકબીજા સાથે પોતાની સમસ્યાની ચર્ચા કરી શકે. બીજાને મદદરૂપ બની શકે. કેન્સરના દદીને હૂંફ–હમદદીની ખાસ જરૂર હોય છે. એઈડસના દદીને સામાજિક સમર્થન ખાસ જોઈએ. તેનો બહિષ્કાર કરીએ તો તે ભાંગી પડે. બાળકના મૃત્યુ પ્રસંગે સ્વજનો આશ્વાસન આપીને મદદ કરી શકે. થોડાંક શબ્દો, થોડોક પ્રેમ માણસને મોતના મોંમાંથી બહાર લાવે છે.આવા સવ–મદદ જૂથોનું કામ હજીય ભવિષ્યમાં વ્યકિતને ખૂબ મદદરૂપ બનશે.

૩.૩ ઉપસંહાર :

આમ, મનોભાર દરેકના જીવનમાં હોય છે, તેનું યોગ્ય વ્યવસ્થાપન કરી મનોભાર દૂર કરવો જોઈએ. મનોભાર અંગે જાતજાતનાં સંશોધન થયાં કરે છે. વ્યાવસાયિક મનોભારના સંશોધનો દવારા મનોભાર જન્માવનાર કારણો શોધી કઢાયાં છે.

પ્ર. ૪.ભવિષ્યની તરાહોમાં મેડિકલ 'પ્રેકિટસ'નું બદલાતું સ્વરૂપ જણાવો.

૪.૧ પ્રસ્તાવના :

તંદુરસ્તીનું મનોવિજ્ઞાન આજે ખૂબ જ વધી ગયું છે. મેડિકલ 'પ્રેકિટસ'ના જૂના સ્વરૂપને બદલે આજે નવું સ્વરૂપ જોવા મળે છે. તંદુરસ્તીનું મનોવિજ્ઞાન મનોવૈજ્ઞાનિક અને સામાજિક સમસ્યાઓ ઉપર ભાર મૂકે છે. લોકોને તંદુરસ્તીના જોખમી ઘટકો અંગે સાવધ બનાવી શકાય છે.

૪.૨ ભવિષ્યની તરાહો :

તંદુરસ્તીનું મનોવિજ્ઞાન ભવિષ્યમાં કઈ રીતે ઉપયોગી થશે તે જાણવું ખૂબ જરૂરી છે. વસ્તીવધારાની સાથે રોગો પણ વધ્યા છે. તંદુરસ્તીનું મહત્વ પહેલાં કયારેય નહોતું, એટલું આજે છે.

૪.૩ મેડિકલ 'પ્રેકિટસ'નું બદલાતું સ્વરૂપ :

મેડિકલ 'પ્રેકિટસ'નું જૂનું–પુરાણું સ્વરૂપ આજે દવતર સ્વરૂપ ધારણ કરી ચૂકયું છે. જેમાં નીચેના મુદદા મહત્વના છે.

૪.૩.૧ વૃધ્ધોની સમસ્યાઓ :

વૃધ્ધોની સંખ્યા વધતાં પ્રોસ્ટેટ કેન્સરની પણ વૃધ્ધિ થઈ છે, જે મૃત્યુ માટેનું મહત્વનું કારણ છે. પ્રોસ્ટેટના રોગની વ્યકિતના મનોજાતીય સ્વ–ખ્યાલ અને સામાજિક–આવેગિક કાર્યો પર ઘેરી અસરો થાય છે. પ્રોસ્ટેટની સારવાર દરમિયાન વ્યકિતની જાતીય ક્રિયા પર વિપરિત અસરો ન થાય તેની કાળજી રાખવી.

૪.૩.૨ મનોવૈજ્ઞાનિક–સામાજિક સમસ્યાઓ :

તંદુરસ્તીનું મનોવિજ્ઞાન મનોવૈજ્ઞાનિક–સામાજિક સમસ્યાઓ જેવા ઘટકો ઉપર ભાર મૂકે છે. આવી સમસયાઓ દીર્ઘકાલીન રોગોને લીધે ઉભી થાય છે.કેટલાક રોગો ચેપી હોય છે. સંસર્ગથી ઝડપથી ફેલાય છે.જેમકે સ્વાઈન ફલૂ. તબીબી શાસ્ત્રના સંશોધનો દવારા આપણે ચેપી રોગો પ્રત્યે ઝડપથી નિયંત્રણ મેળવી શકયા છીએ. આમ છતાં દર વષે ૧૩ મિલિયન લોકોના મૃત્યુ રોગને લીધે થાય છે. નવા નવા રોગોનો ઉદભવ થયો છે. કમ્પ્યુટર પર સતત બેસવાથી આંખની ઝાંખપ, કમરનું દર્દ જેવા રોગો થાય છે. ટેકનોલોજી પણ બદલાઈ છે. લેસર ઓપરેશન શકય બન્યું છે. મેલેરિયાના મચ્છરો પર જંતુનાશક દવાઓની અસર થતી નથી. ડેન્ગ્યૂએ માથું ઉચકયું

છે. જંતુનાશક દવાઓના વધુ પડતા ઉપયોગથી રોગના જીવાણું પર તેની અસર થતી નથી. નવી દવા શોધવી પડે છે.

૪.૩.૩ અવયવનદાન :

ટેકનોલોજીમાં અભૂતપૂર્વ પ્રગતિ સધાઈ છે. રોબોટ દવારા ઓપરેશન શકય બન્યું છે. રોગના જવાબદાર જીન્સ શોધાયા છે. ભવિષ્યમાં તમે જે રોગનો ભોગ બનવાની શકયતા હોય તેનાથી તમને સાવધ કરી શકાશે. અવયવદાન કે દેહદાન મહત્વનું બન્યું છે. ‘દેહદાનમહાદાન’ એ સૂત્ર પ્રચલિત બન્યું છે. મનોવૈજ્ઞાનિકો લોકોને અવયવદાન માટે પ્રેરી શકે. મૃત શરીર કશું કામનું નથી. તમારી આંખો કોઈની દષ્ટિ બની શકે, કિડની કોઈને જીવનદાન આપી શકે, દેહદાન સંશોધન માટે અગત્યનું ઉપકરણ બન્યું તે ખૂબ મહત્વની બાબત છે.દેહ નશ્વર છે. મનોવૈજ્ઞાનિકો અવયવદાનમાં મહત્વની પ્રેરક ભૂમિકા ભજવી શકે.

૪.૩.૪ જોખમી ઘટકો :

મનોવૈજ્ઞાનિકો તંદુરસ્તી માટેના જોખમી ઘટકો અંગે લોકોને સાવધ બનાવી શકે. ધૂમ્રપાનથી થતાં કેન્સરના આંકડાં આપી શકે. રોગ માટે જવાબદાર કારણોને શોધી લોકોને તે અંગે વાકેફ કરી શકે. સ્તન કેન્સર, હન્ટીજન્સ કે આંતરડાના રોગો માટે જવાબદાર ઘટકોનું લોકોને જ્ઞાન આપી શકે. તેઓ સંશોધનનો આધાર લઈને આવું જ્ઞાન આપતા હોવાથી લોકોને તમની વાતમાં વિશ્વાસ બેસે તેવો સંભવ છે. વારસાગત જનીનતત્વોની શકયતા હોય તે વ્યકિત સાવધ બની રોગ સામે મુકાબલો કરવા કટિબધ્ધ બને.

તંદુરસ્તીના મનોવૈજ્ઞાનિકો એ શોધ્યું કે કેટલાક લોકો રોગનું જોખમ ઘટાડવા શા માટે નિષ્ફળ જાય છે ? પ્રયોગશાળા કઈ રીતે જોખમનું વ્યવસ્થાપન કરે તે જાણવું જરૂરી છે. આ માટે સંશોધનની જરૂર છે.

૪.૩.૫ ટેક્નોલોજીની અસર :

ટેકનોલોજીને લીધે અવનવા ઉપકરણો શોધાયા છે. રોગની સારવાર હવે સીધી–સાદી રહી નથી, સંકુલ બની છે. ટેકનોલોજી દવારા સારવાર ખર્ચાળ છે. આથી ઓછી ખર્ચાળ એવી પધ્ધતિઓનો ઉપયોગ કરે છે. જેમકે શિથિલિકરણની પધ્ધતિ લોહીનું ઉંચું દબાણ ઘટાડવામાં ઉપયોગી બને છે. કપાલભાતિ, ભસ્ત્રિકા , અનુલોપ–વિલોમ જેવા પ્રાણાયામ તરફ લોકો વળ્યા છે. લોકો લોહીનું ઉંચું દબાણ અને મનોભાર ઘટાડવા માટે આવી નિદોષ પધ્ધતિઓ અપનાવે છે. દવાના વધુ ઉપયોગ અને તેની આડઅસરોથી લોકો કંટાળ્યા છે. શંખપુષ્પી, અશ્વગંધા,બ્રાહમી, સર્પગંધા અને રસાયણ ચૂર્ણ જેવી વનસ્પતિજન્ય દવાઓનો ઘણા લોકો ઉપયોગ કરતાં થયાં છે.

તબીબી ટેકનોલોજીનો અભૂતપૂર્વ વિકાસ થયો છે. રદય અને લીવરનું પ્રત્યારોપણ શકય બનયું છે. પ્લાસ્ટિક સર્જરીથી કદરૂપો વ્યકિત રૂપાળો બની જાયછે. કોઈ વ્યકિત વધુ પડતા આલ્કોહોલ લેવાથી લીવરના રોગથી પીડાય તો લીવર જ બદલી નખાય છે.

અંગઅવયવના પ્રત્યારોપણ અનેક પ્રશ્નો ઉભા કરે છે. ટેસ્ટ ટયૂબ બેબીનો જમાનો આવી ગયો છે. વીર્યબેન્ક ખૂલી છે. પિતૃત્વ અને માતૃત્વ માનવીના હાથની વાત બની ગઈ છે. તંદુરસ્તીના મનોવૈજ્ઞાનિકો માટે આ મુદદા મહત્વના છે. કૃત્રિમ વીર્યદાન અને કૃત્રિમ બીજારોપણથી ઉભા થતા મનોવૈજ્ઞાનિક પ્રશ્નો એક અગત્યનો અભ્યાસ વિષય બન્યો છે.

૪.૪ ઉપસંહાર :

આમ, તંદુરસ્તીનું મનોવિજ્ઞાન ભવિષ્ય માટે મદદરૂપ બન્યું છે. હવે વિવિધ ટેકિનકસ દવારા વ્યકિતને બચાવી શકાય છે. રદય અને લીવરનું પ્રત્યારોપણ શકય બન્યું છે. તબીબી ટેકનોલોજીનો અભૂતપૂર્વ વિકાસ થયો છે.

પ્ર. ૫. ભવિષ્યની તરાહોમાં સંકલન અને અર્થયુક્ત દરમિયાનગીરીના મોડેલ્સ વિશે સમજૂતી આપો.

૫.૧ પ્રસ્તાવના :

કેટલાક એવા મોડેલ્સ છે જે તબીબી અને મનોવૈજ્ઞાનિક નિષ્ણાતીકરણના સંકલનનો સંકેત આપે છે. આપણે જાણીએ છીએ કે વાર્તનિક, બોધાત્મક અને મનોવૈજ્ઞાનિક ઉપચારીકરણ કાર્યાન્વિત છે પરંતુ આપણે એવા માગો શોધવા જોઈએ જે સફળતાપૂર્વક તેના ધ્યેયને પહોંચી શકે. સફળ સામાજિક દરમિયાનગીરીની ટેવો વિકસાવી જોઈએ.

૫.૨ સંકલન :

તબીબી ક્ષેત્રે નવીનીકરણ અને મનોવૈજ્ઞાનિક નિષ્ણાતીકરણ વચ્ચે સંકલન થાય છે. કેટલાક એવા મોડેલ્સ છે, જે તબીબી અને મનોવૈજ્ઞાનિક નિષ્ણાતીકરણના સંકલનનો સંકેત આપે છે. દદીને પીડાના કેન્દ્રમાં લઈ જઈ તેની સારવાર કરાય છે. અનિદ્રાના અભાવથી પિડાતા દદી માટે ઉઘના વિશિષ્ટ કેન્દ્રો પણ ખૂલ્યાં છે. ઓકિસજનના અભાવને લીધે રસ્તામાં જ ઓકિસજન લેવાની સગવડ પણ ઉભી થઈ છે. Hospice કેન્દ્રો ખૂલ્યાં છે. મૃત્યુની નજીક રહેલા વ્યકિતને પ્રેમ, હૂંફ અને વ્યકિતગત દેખરેખ મળે એ માટે હોસ્પિટલ સિવાયની આ સંસ્થા ઉપયોગી સિધ્ધ ગઈ છે. રદયનલિલાના રોગો માટે પુનવસવાટ કેન્દ્રો પણ શરૂ થયા છે તેમાં વિવિધ પ્રકારની તંદુરસ્તી ટેવોનો આગ્રહ રખાય છે.દીર્ઘકાલીન માંદગી જેવી કે કેન્સર અને એઈડસ માટે પણ આવી સંવિધાઓ ભવિષ્યમાં ઉભી કરવામાં આવશે.

મોટાભાગના તબીબી અને મનોવૈજ્ઞાનિક મોડેલ્સ અમુક વિશિષ્ટ રોગ માટે ઉપયોગમાં લેવાય છે. જેમકે મેદસ્વી લોકો જેમને રદયરોગ થવાનો સંભવ છે એમના

માટે આ મોડેલ્સ ઉપયોગમાં લેવાશે. ધૂમ્રપાન, કેફી દ્રવ્યોનો ઉપયોગ વગેરે સંબંધિત કાર્યક્રમો દવારા ભવિષ્યમાં મૃત્યુ લાવનાર રોગોને અટકાવી શકાશે. જાહેર તંદુરસ્તી વ્યવસ્થાપન અને સંસ્થાકીય જનસામુદાયિક કક્ષાએ આવા કાર્યક્રમોનો અમલ થઈ શકેમાંદગીના વ્યવસ્થાપન માટે આ એક ઉપયોગી સોપાન પુરવાર થશે.

તબીબો અને મનોવૈજ્ઞાનિક બંને ભેગા મળે તો શારીરિક અને માનસિક તંદુરસ્તીના અનેક પ્રશ્નોનો ઉકેલ આવી શકે છે. પરંતુ આમાં લોકોને પોસાય તેવી તબીબી વ્યવસ્થા ગોઠવવી અગત્યનું છે.

૫.૩ અર્થયુક્ત દરમિયાનગીરી મોડેલ્સ :

સારવારની અસરકારકતાનું દસ્તાવેજીકરણ તંદુરસ્તીના મનોવિજ્ઞાનનું મહત્વનું વ્યાવસાયિક ક્ષેત્રે છે. આપણે જાણીએ છીએ કે વાર્તનિક, બોધાત્મક અને મનોવૈજ્ઞાનિક ઉપચારીકરણ કાર્યાન્વિત છે, આપણે એવા માગો શોધી કાઢવા જોઈએ જે સફળતાપૂર્વક તેના ધ્યેયને પહોંચી શકે. તંદુરસ્તી સંભાળમાં કેટલીક હદે વાર્તનિક દરમિયાનગીરીનો સમાવેશ કરવો જોઈએ. સફળ સામાજિક દરમિયાનગીરીની ટેવો વિકસિત કરવી.

૫.૩.૧ સારવાર અસરકારકતાનું વ્યવસ્થિત દસ્તાવેજીકરણ :

તંદુરસ્તીના મનોવિજ્ઞાન તેમજ વાર્તનિક તબીબી શાળા માટે તંદુરસ્તી સંભાળનો ખર્ચ મહત્વનો છે. આ ખર્ચ ઘટે તો સારવારનો વ્યાપ વધે. ચીજવસ્તુની કિંમત ઘટે તો વેચાણ વધે, એના જેવું જ આ છે. દદીને પોસાય એવા સારવાર ખર્ચની હિમાયત કરાય છે.

ભારતીય દદીઓ નસીબમાં હશે એમ માનીને મોંઘી સારવાર કરાવતાં નથી. આથી સારવાર ખર્ચ આમ આદમીને પોસાય તેવું કરવું જરૂરી બને છે.

કેટલાક નિદાનાત્મક જૂથો છે. આ જૂથો તબીબી વિકૃતિઓની વાર્તનિક સારવાર પર અંકુશ લાવે છે. કેટલાક વાર્તનિક પરિવર્તનો સારવારની સફળતા માટે જરૂરી છે. જેમકે ભોજન નિયંત્રણ, ધૂમ્રપાન અટકાવવું, રદયરોગના દદી માટે કસરત કે ચાલવાનું જરૂરી છે. વિદેશના DRG જૂથો સારવારમાં થતો ખર્ચ ધ્યાનમાં લે છે. DRG દવારા વર્તન પરિવર્તનના કાર્યક્રમની પહેલ કરાય છે. સિવિલ હોસ્પિટલ તથા ધર્માદા ટ્રસ્ટ દવારા સંચાલિત દવાખાનામાં લોકો સસતી સારવાર શોધે છે. લોહીના ઉંચા દબાણમાં હોસ્પિટલમાં રૂપીયા ખર્ચવાને બદલે શિથિલીકરણની ટેકનિક અપનાવે તો વગર ખર્ચ દદીને લાભ પડે.

તંદુરસ્તીના મનોવિજ્ઞાનમાં સારવાર માટેનો ખર્ચ કે આર્થિક ઘટકો પણ લક્ષમાં લેવામાં આવે છે. જોકે સારવારનું ખર્ચ ઘટાડવા તંદુરસ્તીના મનોવિજ્ઞાન ઉપરાંત બીજા ઘટકો પણ ધ્યાનમાં લેવા પડે.

૫.૩.૨ દસ્તાવેજીકરણની બચત :

દદી માટેના કેટલાક વધારાના સારવાર ખર્ચા હોય છે.વિવિધ ફોર્મ્સ ભરવા, પરીક્ષણો કરાવવા, દદીને દાખલ કરવાની કંટાળાજનક અને ખર્ચાળ વિધિમાંથી દદી અને તેનાં સગાં–વ્હાલાંએ પસાર થવાનું હોય છે. આ માટે કર્મચારીને પગાર આપવો પડે છે. દદીને વધુ પડતી દવાઓના બોજામાંથી બચાવવા પડે. આ માટે ટેકિનકલ જ્ઞાન આપી શકાય. આવી તાલીમ અસરકારક વાતચીત અંગેની હોય છે. જેથી તંદુરસ્તીની સંભાળનું ખર્ચ ઘટે. દદી સારવારને વળગી રહે તે જરૂરી હોય છે. આ માટે તેને સ્પષ્ટ સૂચના મળવી જોઈએ.દદીએ શું ખાવું, કેટલી કસરત કરવી, દવાઓ કેટલી લવી– તેની લેખિત સૂચના દદી માટે માર્ગદર્શન બને છે.

આ ઉપરાંત કેટલાક દદીઓની ફરિયાદ માનસિક હોય છે. લગભગ ૨/૩ જેટલા દદીઓ માટે તંદુરસ્તીનું મનોવૈજ્ઞાનિક શિક્ષણ હિતકારી સાબિત થાય છે.

તબીબી અભ્યાસમાં તંદુરસ્તી મનોવિજ્ઞાનનો સમાવેશ કરવાથી ઘણા મનોવૈજ્ઞાનિક પ્રશ્નો હળવા બને છે. ગરીબી, શિક્ષણનો અભાવ, તંદુરસ્તીના સ્રોતોનો અભાવ ચેપી રોગોને ફેલાવે છે.

ધીરેધીરે લોકોને તંદુરસ્તીના મનોવૈજ્ઞાનિકો અને વિવિધ સાંસ્કૃતિક – વાર્તનિક ધોરણોનું મહત્વ સમજાઈ ગયું છે. મનદવલણ અને વર્તન તંદુરસ્તીમાં શો ભાગ ભજવે છે તેનો લોકોને ખ્યાલ આવે છે. વૃધ્ધોના પ્રશ્નો અને શહેરીકરણથી ઉભા થતા રોગો વિશે વિચારવુ પડશે. આમ ભવિષ્ય નવા પ્રશ્નો અને નવા ઉકેલો લઈને આવશે.

૫.૪ ઉપસંહાર :

આમ, તબીબી ક્ષેત્રે નવીનીકરણ અને મનોવૈજ્ઞાનિક નિષ્ણાતીકરણ વચ્ચે સંકલન થાય છે. સારવારની અસરકારકતાનું દસ્તાવેજીકરણ તંદુરસ્તીના મનોવિજ્ઞાનનું મહત્વનું વ્યાવસાયિક ક્ષેત્ર છે. તંદુરસ્તીના મનોવિજ્ઞાન તેમજ વાતRનિક તબીબી શાખા માટે તંદુરસ્તી સંભાળનો ખર્ચ મહત્વનો છે.

પ્ર. ૬. સ્વાસ્થ્ય મનોવૈજ્ઞાનિક બનવા શું કરવું જોઈએ ? તે સમજાવો.

૬.૧ પ્રસ્તાવના :

સ્વાસ્થ્ય મનોવૈજ્ઞાનિક બનવા માટે શું કરવું જોઈએ તે જાણવું ખૂબ જરૂરી છે. તેમાં વિકાસની ઘણી તકો હોય છે. તે માટે કયો અભ્યાસક્રમ પસંદ કરવો જોઈએ તે વિચારવુ જોઈએ. સ્વાસ્થ્ય મનોવૈજ્ઞાનિક બનવા માટેના મહત્વના મુદદા નીચે મુજબ છે.

૬.૨ સ્વાસ્થ્ય મનોવૈજ્ઞાનિક :

સ્વાસ્થ્ય મનોવિજ્ઞાન વિકસતું મનોવિજ્ઞાન છે. તેમાં વિકાસની પુષ્કળ તકો છે પરંતુ સ્વાસ્થ્ય મનોવૈજ્ઞાનિક બનવા શું કરવું જોઈએ ? કયો અભ્યાસક્રમ લેવો જોઈએ? આ અંગે નીચેના મુદ્દાઓ મહત્વના છે :

૬.૨.૧ પૂર્વ સ્નાતક અનુભવ :

સ્વાસ્થ્ય મનોવૈજ્ઞાનિક બનવા માટે તમને રસ છે ? આ માટે શું જરૂરી છે ?

૧. તંદુરસ્તીના મનોવૈજ્ઞાનિક માટેના અભ્યાસક્રમો કયાં કાર્યરત છે તેની સૌથી પહેલાં તપાસ કરો. અભ્યાસક્રમમાં કેટલાક વિષયોનો સમાવેશ થાય છે.

૨. મનોવૈજ્ઞાનિક પ્રશ્ચાદભૂમિકા તૈયાર કરવી. આપણી સામે અનેક અભ્યાસક્રમ ઉપલબ્ધ છે. તેમાંથી શારીરિક મનોવૈજ્ઞાનિક કે મજાજાકીય મનોવિજ્ઞાનનો અભ્યાસક્રમ પસંદ કરો. શરીર વિશે જાણવું તંદુરસ્તીના મનોવૈજ્ઞાનિક માટે અત્યંત જરૂરી છે. તંદુરસ્તીના મનોવૈજ્ઞાનિકના માર્ગદર્શન નીચે મદદનીશ સંશોધક બનો.

૩. સ્નાતક થયા પછી નોકરી કે રોજગારીની તક મળે તો તે ઝડપી લો. આ રીતે તમે દદી અને સંશોધનકર્તાના સંપર્કમાં કહેશો. ડોકટર શા માટે અમુક પ્રકારની સારવારની ભલામણ કરે છે તેનો ખ્યાલ આવશે. તમારો બહોળો અનુભવ તમને આગળ જતાં ઉપયોગી બનશે.

૪. તમે તંદુરસ્તીની જાણકારી માટેની સંસ્થાઓ તથા અન્ય વ્યવસ્થિત સારવારના કાર્યક્રમોની જાણકારી મેળવી લો. તેમાં શિક્ષણની તકો રહેલી હોય છે. જો તમે ફકત ‘પેપરવર્ક’ સાથે સંકળાયેલા હોય તો જાણો કે સંસ્થા કયા પ્રકારના દદીની તપાસ કરે છે. આ ક્ષેત્રમાં તેનો સારવાર ખર્ચ વધુ આવે છે અને આ ખર્ચ કઈ રીતે ઘટાડી શકાય.

જો તમારે આ અનુભવ લીધા પછી તમે નકકી કરો કે તમારે સ્વાસ્થ્ય મનોવૈજ્ઞાનિક બનવું છે. Ph.D.ની પદવી તે માટે જરૂરી છે. તમારે નકકી કરવું પડશે કે તમને સંશોધન કાર્યમાં રસ છે કે પછી ચિકિત્સક તરીકેની 'પ્રેકિટસ'માં રસ છે.

જો સંશોધન કાર્યમાં રસ હોય તો કયા પ્રકારના સંશોધન કરવા માંગો છો ? જીવશાસ્ત્ર કે ચેપ અંગેનું સંશોધન કે પછી અન્ય કોઈ સામાજિક સંશોધન. તંદુરસ્તીને કઈ રીતે અસર કરે છે તે તપાસો. તમારો રસ શેમાં છે તે નકકી કરી લો. જો રસ અને શકિત બંને એકઠા થશે તો તમને જરૂર સફળતા મળશે. તમારે મનોવિજ્ઞાનનું પેટાક્ષેત્ર પસંદ કરવાનું રહેશે. જેમાં તમે શારીરિક મનોવિજ્ઞાન, તંદુરસ્તીનું મનોવિજ્ઞાન, સામાજિક મનોવિજ્ઞાન, વિકાસાત્મક મનોવિજ્ઞાન વગેરેમાંથી એક પેટાક્ષેત્ર પસંદ કરવાનું રહેશે. તંદુરસ્તીનું મનોવિજ્ઞાનને લગતા કાર્યક્રમો શોધી કાઢી તેમાં તાલીમ માટે અરજી કરો. એક પેટાક્ષેત્રમાંથી તમારી તાલીમનું ક્ષેત્ર નકકી થશે.

સ્નાતક શાળામાં તમારે ચાર વર્ષે ગાળવાના છે. જો સંશોધનમાં તમને થોડો રસ હોય તો સંશોધન પધ્ધતિઓ અને આંકડાશાસ્ત્રીય પધ્ધતિનો ઉપયોગ કરો. સ્વાસ્થ્ય મનોવૈજ્ઞાનિકો આવો અભ્યાસક્રમ પસંદ કરે છે. વ્યાવહારિક અને સામાજિક સિધ્ધાંતોનો અભ્યાસથી હોસ્પિટલ કે ચિકિત્સાલયમાં જઈ શકો. કોઈપણ એક ચોકકસ ક્ષેત્રમાં રસ લો. જેમકે તમને વ્યાયામના ક્ષેત્રમાં રસ છે, તો C.P.Ed.કરી શકો. જો તમને એઈડસમાં રસ હોય તો તમે સ્થાકિ સંસ્થાઓનો સંપકR સાધો.

જો તમને દદીના પ્રત્યક્ષ સંપર્કમાં રસ હોય તો ચિકિત્સાત્મક મનોવિજ્ઞાનના કાર્યક્રમોમાં જોડાવા માટે અરજી કરવી.

અહી બોધાત્મક ઉપચાર પધ્ધતિનો સમાવેશ થાય છે. દદી સાથેનો તમારો સંપર્ક તમને ખિન્નતા, અનિવાર્ય મનઃક્રિયા દબાણ, વ્યગ્રતા અને વાર્તનિક પ્રશ્નોમાં

સહાય કરશે. તમારે પસંદગીના ક્ષેત્રમાં એક વષની ' ઈન્ટર્નશિપ' પૂરી કરવાની હોય છે. આ માટે મેડિકલ પ્રેકિટસ, હોસ્પિટલ વગેરેનો સંપર્ક કરવો.

સ્નાતક તાલીમમાં ઘણા પ્રોજેકટ સાથે લઘુ શોધ નિબંધ (ડિઝર્ટેશન) રજૂ કરવાનો કહેશે. કોઈ ચોકકસ સંશોધન વિષય પસંદ કરી તમારે સંશોધન કરવાનું રહેશે. લઘુહોધ નિબંધ પૂરો કર્યા પછી Ph.D.ની ડિગ્રી મેળવ્યા પછી તમારે ચિકિત્સા મનોવિજ્ઞાનના ક્ષેત્રમાં તાલીમ લીધા પછી તમને 'લાયસન્સ' મળશે.

૬.૨.૨ અનુસ્નાતક અભ્યાસક્રમ :

સ્નાતક પછી અનુસ્નાતક અભ્યાસક્રમ પૂરો કરવો હિતાવહ છે. ત્યારબાદ નોકરી કરી શકે કે પછી Ph.D.જેવી વધારાની તાલીમ લઈ શકો. તંદુરસ્તીના મનોવૈજ્ઞાનિકો Ph.D.પછીની તાલીમ પસંદ કરે છે. દરેક યુનિવર્સિટીમાં આ તાલીમ અલગ અલગ હોય છે.મનોભાર અને તેને પહોંચી વળવા માટેની શ્રેષ્ઠ તાલીમ જરૂરી છે. તમારે અહીં નકકી કરવું પડે કે તમે અમુક ખાસ રોગ માટે તાલીમ મેળવવા માંગો છો. તે રોગ માટેના જવાબદાર કારણોનું તમને જ્ઞાન હોવું જોઈએ. સીનિયર વૈજ્ઞાનિકના માર્ગદર્શન નીચે તમારે કામ કરવાનું હોય છે. આ રીતે તમે એક–બે વષની તાલીમ પછી વ્યાવહારિક રીતે સુસજ્જ બની શકો છો.

૬.૨.૩ રોજગારી :

વિદ્યાર્થી પદવી મેળવ્યા પછી નોકરી કરે છે. ઘણાં તો રોજગારી મળે એટલા માટે જ ભણતા હોય છે. APA (અમેરિકન મનોવિજ્ઞાન મંડળ) તંદુરસ્તીના મનોવૈજ્ઞાનિકને પૂર્વસ્નાતક, સ્નાતક અને અનુસ્નાતક કક્ષાએ તાલીમ આપે છે. વ્યાવસાયિક રોજગારી માટે પણ તાલીમ આપે છે. મોટાભાગના તંદુરસ્તી મનોવૈજ્ઞાનિક સંશોધન કાર્યક્રમ કરે છે. આથી તેઓ તંદુરસ્તીની જાળવણી અને તેના માટે જવાબદાર ઘટકોને શોધે છે. બાળ–ઉછેર અને ઘરડાં મા–બાપ પણ મહત્વનો સંશોધન વિષય છે.

કેટલાકને નોકરી પસંદ ન હોવાથી, સ્વતંત્ર ધંધો કરે છે. હમુક રોજગારમાં તંદુરસ્તીને કેટલું જોખમ છે તેમાં પણ અભ્યાસ કરી શકો. આ ઉપરાંત ધૂમ્રપાન, વજન ઘટાડો અને વ્યાયામ વિશે પણ સંશોધન કરી શકાય.

લગભગ ૩૫% જેટલા તંદુરસ્તીના મનોવૈજ્ઞાનિક હોસ્પિટલ કે અન્ય સારવારના કાર્યક્રમો કરે છે. તેઓ ઉપચાર અને માનસિક સેવા પણ આપે છે. જેમને મદદની જરૂર છે તેમને તંદુરસ્તી મનોવૈજ્ઞાનિક વ્યકિતગત સેવા આપી મદદરૂપ બને છે. કેટલાક ટૂંકાગાળાના વાર્તનિક ઉપચારો છે જે તંદુરસ્તીની ટેવોને સુધારે છે. સારવારની અસરનું વ્યવસ્થાપન કરે છે. આ બધામાં તંદુરસ્તી મનોવૈજ્ઞાનિકો મદદરૂપ બને છે.માથાના દુઃખાવાથી કંટાળેલ વ્યકિતને સ્વ–નિયંત્રણની તાલીમ આપી શકાય. શિથિલિકરણની પધ્ધતિનો પણ ઉપયોગ કરાય. પુખ્ત વયની વ્યકિતને ડાયાબિટિસ હોય તો સ્વ–સંભાળ પધ્ધતિનો ચિકિત્સાત્મક મનોવૈજ્ઞાનિક ઉપયોગ કરી શકે. કર્મચારી માટે વ્યાયામ અને મનોવિજ્ઞાનને લગતા કાર્યક્રમો યોજાય છે. ટૂંકમાં, તંદુરસ્તીના મનોવૈજ્ઞાનિકો વૈવિધ્યસભર સેવા આપે છે.

આમ, તંદુરસ્તીના મનોવૈજ્ઞાનિકની સેવાનો વ્યાપ વધતો જ જાય છે. ૨૦ વર્ષ પહેલાં આવી સેવાની શરૂઆત થઈ હતી. તાલીમના કાર્યક્રમો અંગે તંદુરસ્તીના મનોવૈજ્ઞાનિકોનું મહત્વનું પ્રદાન છે. ભવિષ્યમાં આ ક્ષેત્રમાં અનેક અવનવી તકો જોવા મળશે.

૬.૩ ઉપસંહાર :

આમ, સ્વાસ્થ્ય મનોવૈજ્ઞાનિક બનવા માટે પૂર્વસ્નાતક, અનુસ્નાતક થવું પડે છે. ત્યારબાદ Ph.D.ની ડિગ્રી મેળવવામાં આવે છે. પદવી મેળવ્યા પછી નોકરી કે રોજગારી શોધે છે. આ રીતે તંદુરસ્તીના મનોવૈજ્ઞાનિકની સેવાનદ વ્યાપ વધતો જ જાય છે.

વિભાગ–૨ : બે–ત્રણ વાકયમાં જવાબ આપો.

નોંધ : આ વિભાગમાં પ્રશ્ન –૩ માટે બે–બે માકર્સના કુલ ૬ પ્રશ્નોના જવાબ આપવાના રહેશે.

પ્ર.૧ તંદુરસ્તીનું મનોવિજ્ઞાન શેને અગ્રિમતા આપે છે ?

જવાબ તંદુરસ્તીનું મનોવિજ્ઞાન રોગઅટકાવને અગ્રિમતા આપે છે.

પ્ર. ૨ કઈ દીર્ઘકાલીન માદગી વ્યકિતને મૃત્યુ તરફ દોરી જાય છે ?

જવાબ એઈડસ, કેન્સર, રદયરોગ કે સંધિવા જેવી દીર્ઘકાલીન માદગી વ્યકિતને મૃત્યુ તરફ દોરી જાય છે.

પ્ર. ૩ ભારતમાં તંદુરસ્તીની સસ્તી તબીબી સેવા કયાં ઉપલબ્ધ હોય છે ?

જવાબ ભારતમાં સિવિલ હોસ્પિટલ, ચેરીટેબલ ટ્રસ્ટ તથા અન્ય સંસ્થાઓ દવારા તંદુરસ્તીની સસ્તી તબીબી સેવા ઉપલબ્ધ હોય છે.

પ્ર. ૪ મનોભારના કયાં પાસાં શોધી કાઢવામાં આવ્યા છે ?

જવાબ મનોભારના શારીરિક, પ્રેરણાત્મક, બોધાત્મક અને વાર્તનિક શોધી કાઢવામાં આવ્યા છે.

પ્ર. ૫ મનોભાર સંબંધી સંશોધન કયાં કરવું જોઈએ ?

જવાબ મનોભાર સંબંધી સંશોધન જયાં મનોભાર સંબંધી વિકૃતિઓનું જોખમ સવિશેષ હોય ત્યાં કરવું જોઈએ.

પ્ર. ૬ તબીબી ક્ષેત્રે શેમાં સંકલન થાય છે ?

જવાબ તબીબી ક્ષેત્રે નવીનીકરણ અને મનોવૈજ્ઞાનિક નિષ્ણાતીકરણ વચ્ચે સંકલન થાય છે.

www.ingramcontent.com/pod-product-compliance
Lightning Source LLC
Chambersburg PA
CBHW050130280326
41933CB00010B/1325
* 9 7 8 0 9 9 3 9 0 9 2 6 9 *